வடம் பிடிக்க வா
ஜப்பானுக்கு!

சாவி

நூலின் பெயர்: வடம் பிடிக்க வாங்க, ஜப்பானுக்கு!

ஆசிரியர்: சாவி (சா. விஸ்வநாதன்)

மொழி: தமிழ்

முதல் பதிப்பு: 1991

பதிப்பித்த ஆண்டு: 2024

புத்தக வடிவம்: காகித அட்டை

நூலின் வகை: சிறுகதைகள்

நூலின் பிரிவு: சிறுகதைகள்

மொத்த பக்கங்கள்: 103

நூலின் அளவு: 6 * 9 அங்குலம்

Title: Vadam Pidika Vanga Japanuku

Author: Saavi

Language: Tamil

First Published on: 1991

Published on: 2024

Book Format: Paperback

Category: Short Stories

Subject: Short Stories

No. of pages: 103

Size: 6inch * 9inch

பொருளடக்கம்

குறிப்புகளுக்காக *3*

அணிந்துரை *4*

வடம் பிடிக்க வாங்க, ஜப்பானுக்கு! *6*

2 .... *12*

3 .... *21*

4 .... *27*

5 .... *35*

6 .... *41*

7 .... *53*

8 .... *61*

9 .... *72*

10 .... *80*

11 .... *96*

குறிப்புகளுக்காக

அணிந்துரை

எம். கோபாலகிருஷ்ணன், தலைவர், இந்தியன் வங்கி

அன்று வாஷிங்டனில் திருமணத்தை நடத்திய சாவி அவர்கள், இன்று வடம் பிடிக்க வாங்க, ஜப்பானுக்கு என்று என்னையும் அழைத்தபோது, மிகுந்த மகிழ்ச்சியுடன் ஒப்புக்கொண்டேன்.

காரணங்கள் இரண்டு. தமிழுக்காகவும், தமிழர்களுக்காகவும் தம் வாழ்க்கையை அர்ப்பணித்துக் கொண்ட கலைஞர் அவர்கள்தான் வடம் பிடித்து, தேரோட்டத்தைத் துவக்கி வைக்கப் போகிறார்கள் என்பது ஒன்று. மற்றொன்று, தமிழ்நாட்டைப் போலவே ஜப்பானும் கலாசாரப் பெருமை படைத்த நாடு; அன்று வாஷிங்டனில் மேலை நாட்டுக் கலாசாரத்தோடு மாலை மாற்றிக் கொண்ட தமிழ்க் கலாசாரம், இன்று கீழை நாட்டுக் கலாசாரத்தோடு கை கோத்து ஊர்வலம் வருவது நமது கலாசாரப் பெருமைக்குச் சிறப்பு சேர்ப்பதல்லவா!

இத்தகையதொரு கலாசாரப் பரிவர்த்தனையைக் காட்டும் இந் நூல், சுற்றுலா ஆண்டாக அறிவிக்கப்பட்டுள்ள இவ்வாண்டில் வெளியிடப்படுவது மிகப் பொருத்தம். சாவி அவர்கள் இந்நூலில் கலாசாரப் பரிவர்த்தனைக்கு எத்துணை முக்கியத்துவம் கொடுத்திருக்கிறார் என்பதும், அவரது கனவுலகில் எவ்வளவு பெரிய எதிர் பார்ப்புகள் உள்ளன என்பதும் அவரது எழுத்துக்களில் அழகாக வெளிப்படுகிறது.

'ஆமாம்; வடம் பிடிச்சு இழுக்க ஆயிரக்கணக்கான பேர் தேவைப்படுமே!

ஜப்பான் காரங்களால் முடியுமா? நம்மோடு சேர்ந்து இழுப்பாங்களா?"

"ஒரு பக்கம் வடத்தை ஜப்பான்காரங்க இழுப்பாங்க. இன்னொரு பக்கம் நாமெல்லாம் இழுப்போம். நடுநடுவே வெளிநாட்டுக்காரங்களும் சேர்ந்து இழுப்பாங்க."
"இதுதான் ரியல் கல்சுரல் எக்ஸ்சேஞ்ச்"
மகாகவி பாரதியின் வார்த்தைகளில் அன்று வெளிப்பட்ட,
"நல்ல
பல்வித மாயின சாத்திரத் தின்மணம்

பாரெங்கும் வீசும் தமிழ்நாடு"

இன்று சாவி அவர்களின் ஏக்கமாக, எதிர்பார்ப்பாக, அவரது எழுத்துக்களில் வெளிப்படுவதைப் படிக்கும் போது மனம் நெகிழ்கிறது. அவரது கற்பனைகள் தொடரட்டும்.
வாழ்த்துக்களுடன்,

1 பிப்ரவரி 1991
அன்பன்
எம். கோபாலகிருஷ்ணன்

வடம் பிடிக்க வாங்க, ஜப்பானுக்கு!

(இந்த நவீனத்தில் வரும் நிஜப் பெயர்களுடன் கற்பனைப் பெயர்களும் கலந்திருக்கின்றன.)

டோக்கியோவில் நடைபெறப்போகும் தேரோட்ட விழா ஏற்பாடுகளை கவனிக்கச் சென்றுள்ள முதல் குழுவில் திரு கணபதி ஸ்தபதி, திருமதி மனோரமா, விழாவேந்தன் முத்து, புலவர் நன்னன், புள்ளி சுப்புடு ஆகிய ஐவரும் முக்கியமானவர்கள்.

திருக்குறள் ஷோஜோவும் ஜப்பானியப் பெண் கொமோச்சியும் இந்த ஐவரையும் இம்பீரியல் பாலஸ் - கிழக்கு வாசல் மைதானத்துக்கு அழைத்துச் சென்று, "இங்கிருந்துதான் தேரோட்டம் தொடங்கப் போகிறது" என்றார்கள்.

"அடேயப்பா! எவ்வளவு விசாலமான இடம்! ஏழெட்டு ஃபுட்பால் கிரவுண்ட் போடலாம் போலிருக்கே!" என்று வியந்தார் விழாவேந்தன் முத்து.

"நம் விழாவுக்கு மிகப் பொருத்தமான இடம். இந்த இடத்தை யாருங்க தேர்ந்தெடுத்தது?' - கணபதி ஸ்தபதி கேட்டார்.

"சாவி ஸார்தான். அவருக்குத்தான் ஜப்பான்ல ஒவ்வொரு இடமும் அத்துபடியாச்சே!"

"உங்க பேர் என்ன சொன்னீங்க?" ஜப்பான் தமிழறிஞர் ஷோஜோ கேட்டார்.

"முத்து!"

"எங்க நாட்டிலே கூட நிறைய முத்து உண்டு" - ஷோஜோ

"முத்துக் குளிக்க வாரீகளா?' என்று முணுமுணுப்பாய் பாடினார் மனோரமா.

'நீங்க நல்லாத் தமிழ் பேசறீங்களே" என்றார் நன்னன்.

"நான் தமிழ்நாட்டில் அஞ்சு வருஷம் தங்கிக் குறள் படிச்சேன். திருக்குறள் முனுசாமிதான் எனக்கு வாத்தியார்!"

"அப்படியா! ஒரு குறள் சொல்லுங்க பார்க்கலாம்."

ஷோஜோ தமது கட்டைக் குரலில் சொன்னார் :
தேறினுந் தேறாவிடினு மழிவின்கட்
டேறான் பகா அன் விடல்.

"குறள் நல்லாயிருக்குங்க; உங்க குரல்தான் சரியாயில்லை. குறளை சரியாப் பதம் பிரிச்சு சொல்லத் தெரியணும். நாளைக்கு ஒரு கறும்பலகையும் சாக்பீஸும் கொண்டாங்க. நான் பதம் பிரிச்சு எழுதி விளக்கம் சொல்றேன்" என்றார் நன்னன்.

"தேர் விடறதைப் பத்தி எங்க வள்ளுவர் அந்தக் காலத்திலேயே எவ்வளவு அழகாச் சொல்லிட்டார் பார்த்தீங்களா?" என்று மகிழ்ந்தார் புள்ளி சுப்புடு.

"வாயை மூடிக்கிட்டுப் பேசாம இருங்க. மானம் போகுது. தெரியாத விஷயத்துல தலையிடக்கூடாது. அந்தக் குறளுக்கு இதுவா அர்த்தம்?" என்று தலையிலடித்துக் கொண்டார் நன்னன்.

"மொத்தம் 1330 குறள். நாம் விடப் போகிற தேரையும் 1330 அடி உயரத்துக்குச் செய்தால் பொருத்தமாயிருக்கும்" என்று புள்ளி சுப்புடு யோசனை கூறினார்.

"நீங்க மொத்தம் எத்தனை பேர் வந்திருக்கீங்க?" - கோமோச்சி கேட்டார்.

"முப்பது பேர்"

"வள்ளுவரையும் சேர்த்தால் முப்பத்தொண்ணு" என்றார் புள்ளி.

"நீங்க இங்கே அஞ்சு பேர் தான். வந்திருக்கீங்க. மத்தவங்கெல்லாம்....?!"

"அவங்கல்லாம் பயக்சி ஓட்டல்ல தங்கியிருக்காங்க!"

"கின்ஸா டயச்சியா, ஷிம்பாஷி டயச்சியா? "

''அட, ரெண்டு டயச்சி இருக்கா இந்த ஊர்லி அது. எனக்குத் தெரியாதே!"

மனோரமா சிரித்தார்.

''உங்க பேர் மனோரமா தானே! தில்லானா மோகனாம்பாள்ல நாதசுரம் வாசிப்பீங்களே, ஜில் ஜில் ரமாமணி, அது நீங்கதானே? நான் உங்க ரசிகை!" என்றார் ஜப்பானியப் பெண்.

"உங்க பேர் என்னம்மா சொன்னீங்க?

''கோமோச்சி!"

''ரொம்ப அழகான பேர். எங்க ஊர்ல காமாட்சிம்பாங்க. நீங்க கோமோச்சிங்கறீங்க!"

"ரோடெல்லாம் பளபளன்னு மொஸைக் தரை மாதிரி படுசுத்தமா இருக்குதே!" முத்து வியந்தார்.

"எங்க நாடே சுத்தமான நாடு. இங்கே அசுத்தமும் இருக்காது. சத்தமும் இருக்காது. புல்லெட் ட்ரெயின் கூட ஸைலண்டாத்தான் நழுவிக்கிட்டு ஓடும். இவ்வளவு கார் போகுதே, எவனாவது ஹாரன் அடிச்சு சத்தம் போடறானா பார்த்தீங்களா?"

"ரோட்லயே இலை போட்டுச் சாப்பிடலாம் போல இருக்கே !"

"யாராவது இலை போட்டுச் சாப்பாடு போட்டாத் தேவலை!"

"முத்து எதுக்கு கோட்டைச் சுவரையே உத்துப் பார்த்துக்கிட்டிருக்கார்?"

"இந்தக் கோட்டைச் சுவர் பூராவும் வேஸ்டாக் கிடக்கே! கலர் கலரா போஸ்டர் அடிச்சு ஒட்டலாமேன்னு பார்க்கறாரோ, என்னவோ!"

"வி.ஜி.பிக்குத் தெரிஞ்சா விஸிட் வி.ஜி.பி. கோல்டன் பீச் என்று சுவத்திலேயே பெரிசு பெரிசா எழுதி வச்சுருவார்"

''மணி ஒண்ணரகப் போகுது. முதல்ல டயச்சி ஓட்டலுக்குப் போய் சாப்பாட்டை முடிச்சுறலாம். நாயர் கடையிலேருந்து முப்பது பேருக்குச் சாப்பாடு அனுப்பறதாச் சொல்லியிருக்காங்க."

ஷோஜோவும் கோமோச்சியும் அவர்கள் ஐவரையும் கின்ஸா டயச்சிக்கு அழைத்துப் போனார்கள்.

அங்கே இருந்தவர்கள் அத்தனை பேரும் பசியோடு. "கஞ்சி வரதப்பா ! எங்கு வருதப்பா!" என்று வழிமேல் விழி வைத்துக் காத்துக்கொண்டிருந்தார்கள். இவர்களைக் கண்டதும்,

"சாப்பாடு கொண்டு வரலையா?' என்று கேட்டார்கள்.

நாயர் கடையிலேருந்து சாப்பாடு வரலையா உங்களுக்கு?"- ஷோர்ஜோ கேட்டார்.

"வரலையே!" "என்ன ஆச்சு?

"நாயர் ரெஸ்டாரெண்ட்லேர்ந்து முப்பது பேருக்கு சாப்பாடு அனுப்பிச்சாங்களாம். அதை எடுத்து வந்தவங்க எந்த டயுச்சின்னு தெரியாம ஷிம்பாஷி டயச்சிக்குப் போயிருக்காங்க. அங்கே தமிழ்நாட்டிலிருந்து வேறு ஒரு கருப் வந்திருக்கு. டூரிஸ்ட் க்ரூப்! நாயர் கடைக்காரங்க விவரம் தெரியாம சாப்பாட்டை அவங்ககிட்டே கொடுத்துட்டுப் போயிட்டாங்களாம்!"

"உங்களுக்கு யார் சொன்னது?"

"நாயர் கடைக்குப் போன் பண்ணிக் கேட்டமே!"

''போச்சுடா!" என்றார் புள்ளி.

"ஒரு டீக்கடை கூட இல்லையே இங்கே? இருந்தா, இந்தப் பசி வேளைக்கு ஆளுக்கு ஒரு டீ அடிக்கலாமே"

''கண்ட இடத்துல டீக்கடை போடறதுக்கு இதென்ன தமிழ்நாடா, என்ன?''

"ஏன் ? ஜப்பான் காரங்க டீ சாப்பிடமாட்டாங்களா?"

''சாப்பிடுவாங்க. ஆனா, டீக்கடை இருக்காது. அதுக்குன்னு ஒரு தனி வீடு இருக்கும். அதற்கு டீ ஹவுஸ்னு பேரு. அங்கேதான் டீ ஸெரிமனி நடக்கும்."

''டீ ஸெரிமனியா?"

"ஆமாம்; தேயிலை திவசம்... திவசம் மாதிரியே ரொம்ப ஸ்லோவாத்தான் நடத்துவாங்க!"

"இப்ப ரொம்பப் பசியாயிருக்கு. முதல்ல சாப்பாட்டுக்கு ஏதாச்சும் வழி பண்ணுங்க."

"மகாராஜா இருக்கவே இருக்கார். வாங்க, போய்ப் பார்க்கலாம்."

"ஜப்பான் மகாராஜாவைச் சொல்றீங்களா? அரண்மனைச் சாப்பாடா?"

"நான் சொல்றது அந்த மகாராஜா இல்லய்யா! மகாராஜாங்கறது ஒரு சாப்பாடு ஓட்டலுக்குப் பேர். பக்கத்துலதான் இருக்கு."

"அங்கே போக வேணாம், அந்த ஓட்டல் பில் நம்மைச் சாப்பிட்டுடும். நாயர் கடைக்கே போவோம். காரட், குடமிளகா. உருளைக்கிழங்கு மூணும் போட்டு கொதிக்கக் கொதிக்க குழம்பும், சோறும் கொடுப்பாங்க. இந்தப் பசி வேளைக்கு அல்வா மாதிரி இறங்கும்" என்றார் ஷோஜோ.

"நாக்கில் ஜலம் ஊறுதே" என்றார் புள்ளி.

எல்லோரும் நாயர் கடையில் போய் கியூ நின்று டேபிள் பிடித்துச் சாப்பிட்டானதும், டோக்கியோ டவர் வாசலில் போய் நின்று டவரை அண்ணாந்து பார்த்தார்கள்.

"அம்மாடி எவ்வளவு உயரம்' என்றார் மனோரமா.
"உயரம் 83 மீட்டர்' என்றார் புள்ளி சுப்புடு.

இந்தக் கதைக்கும் தேரோட்டத்துக்கும் தொடர்பு உண்டு.

கின்ஸா வீதிகளில் நியான் விளக்குகள் வண்ணக் கோலங்களாய் நெளிந்து நெளிந்து ஒளி வீசிக்கொண்டிருந்தன. தரைக்குக் கீழே பாதாள ரயில்கள் சிலந்திக்கூடு.

சுரங்கப் பாதை ஒன்றிலிருந்து வெளிப்பட்ட அந்த வேற்றுநாட்டு இளைஞன் வட்டமான ஸனாய்க் கட்டடத்தின் அருகில் வந்து நின்றான். ஆவலோடு சுற்றுமுற்றும் பார்த்தான். பொதுவாகக் காதலர்கள் அந்த இடத்தில்தான் சந்தித்துக் கொள்வார்கள். அந்த இளைஞனை கிஜிமா அங்கேதான் காத்திருக்கச் சொன்னாள். வெகு நேரமாய்க் காத்திருந்தும் அவள் வரவில்லை. நின்று நின்று கால் வலித்தது. லேசாகப் பசி எடுத்திருந்தது. எதிரில் 'மாக்டோனல்' M தெரிந்தது.

கலகலவென்று கிண்கிணிச் சிரிப்பு. 'ஓரைட் ஓரைட்...' என்ற கொச்சை ஆங்கிலம். கண்களை மறைக்கும் கூந்தல் கற்றையை அவ்வப்போது தள்ளிவிட்டுக் கொள்ளும் நளினம் - ஒரு விநாடி அந்த அழகி அவன் நினைவில் தோன்றி மறைந்தாள்.

எதிரிலிருந்த 'வாக்கோ' கட்டடத்தைப் பார்த்தான். அப்போதுதான் அவள் சாலையைக் கடந்து 'ஸனாய்' பக்கம் வந்துகொண்டிருந்தாள்.

''ஸாரி, ஸாரி, பிரைம் மினிஸ்டர் அவசரமாக நாலு லெட்டர் டைப் அடிக்கச் சொல்லிவிட்டார். 'மிக முக்கியமான லெட்டர். அவசரம்!' என்றார். அந்த வேலையை முடித்துவிட்டு வருவதற்கு நேரமாகிவிட்டது" என்றாள். அவள் கையிலிருந்த சின்ன ஸிக்கோ க்வார்ட்ஸ் 7-20 காட்டியது.

அந்த இளைஞனின் முகம் வக்கிரமாக மாறியது. அந்த முக்கியமான லெட்டரைப் படித்துவிடத் துடித்தான். 'அது அவ்வளவு சுலபமா?' என்று யோசித்தான்.

2

''பாரிஸ் ஐஃபல் டவரைவிட இது உயரமா?" - முத்து கேட்டார்.

"ஆமாம். ஆனா, அது வெய்ட் அதிகம். 7000 டன் கனம். இது 400 டன் தான்" - புள்ளி சொன்னார்.

"அதாவது - இது கனம். அது மகாகனம்!" என்றார் முத்து.

"ஜப்பான்ல அடிக்கடி புயலும் பூகம்பமும் வருமே அதுக்கெல்லாம் தாக்கு பிடிச்சு நிக்குதா இது'' - கணபதி ஸ்தபதி கேட்டார்.

''அந்த விஷயத்துல நம்ம கலைஞர் மாதிரிதான் இந்த டவரும் எந்தப் புயலுக்கும் பூகம்பத்துக்கும் அசைஞ்சு கொடுத்து ஸ்டெடியா நிக்கறார் பாருங்க. அதுபோலத்தான் இந்த டவரும். புயல் வந்தா 32 இஞ்ச் வரைக்கும் இப்படியும், அப்படியும் ஊசலாடி சமாளிச்சு நின்னுடும்! என்ஜினீருங்க அந்த மாதிரி இதை ஒரு ஆச்சரியமா அமைச்சிருக்காங்க!" என்றார் புள்ளி.

''ஜப்பான்காரன் மூளையே மூளை!" என்று வியந்தார் மனோரமா.

"அது மட்டும் இல்லே. புயல் பூகம்பம் வரப் போகுதுன்னா அதை முன்கூட்டியே அறிஞ்சு எச்சரிக்கிற அபூர்வ எலக்ட்ரானிக் கருவிகளும் இந்த டவர் பொருத்தியிருக்காங்க" என்றார் புள்ளி.

''மேலே போய் ஒரு ஏரியல் சர்வே நடத்தலாம் வாங்க'' என்று அழைத்தார் முத்து.
ஏழு பேரும் க்யூ வரிசையில் நின்று லிப்டில் ஏறியபோது லிப்ட் கால் ஒருத்தி பவ்யமா இடுப்பை வளைச்சு குனிந்து. வரவேற்றாள். ஒவ்வொரு தடவையும் "ஹய்! ஹய்!" என்றாள்.

''போறவங்க வர்ரவங்களுக்கெல்லாம் இப்படி. 'ஹய் ஹய்'னு வணங்கிக்கிட்டிருந்தா இந்தப் பெண் ணுக்கு இடுப்பு வலிக்காதா?" என்று கேட்டார் மனோரமா.

"ஜப்பான்ல இது ரொம்ப சகஜம். லிஃப்ட் கர்ல்ஸ் மட்டும் ஒரு நாளைக்கு இரண்டாயிரம் தடவை உடம்பை வளைக்கறதா ஒரு புள்ளி விவரம் சொல்லுது" என்றார் சுப்புடு.

"ஜப்பான்காரங்களுக்கு சப்பை மூக்கும் பாங்க. இந்தப் பெண்ணைப் பார்த்தா அப்படி இல்லையே! மூக்கும் முழியுமா அழகா இருக்காளே' என மகிழ்ந்தார் மனோரமா.

"அந்தக் காலமெல்லாம் மலையேறிப் போச்சு! இப்ப யாருக்குமே சப்பை மூக்கு கிடையாது. குள்ளமும் கிடையாது. எல்லாருமே உயரமாயிட்டாங்க."

"பாவம்! செடிங்களைத்தான் வெட்டி வெட்டி வளரவிடாம குள்ளமாக்கிடறாங்க. அது ஒரு கல்ச்சராம்!" என்றார் முத்து.

"செடிகளை இம்சை பண்ணி குட்டையாக்கறது ஒரு கல்ச்சரா? புத்த மதம் இதை ஒப்புக்குதா?" என்று கேட்டார் நன்னன்.

"தெரியலை; திருக்குறள் ஷோஜோவைத்தான் கேட்கணும்" என்றார் புள்ளி.

ஷோஜோ பதில் சொல்ல முடியாமல் அசட்டுச் சிரிப்பாய்ப் பற்களைக் காட்டினார்.

எல்லோரும் 'ஆப்ஸர்வேடரி' மாடி வரை லிப்டில் போய் பைனாகுலர் வழியாக டோக்கியோ நகரைக் கண்ணோட்டம் மிட்டார்கள்.

டோக்கியோ நகரம் உயிர்த்துடிப்போடு 'ஜிவ்'வென்று இயங்கிக் கொண்டிருந்தது. கீழே ரோடுகள் குறுக்கும் நெடுக்குமாய்ப் பின்னிக் கிடந்தன. கார்கள் பல்வேறு வண்ணங்களில் பளபளப்பாய்ச் சப்பி எடுத்த பாதாம் பெப்பர்மிண்ட் மாதிரி ஊர்ந்து கொண்டிருந்தன!

"அதோ தெரியுதே, அதுதான் இம்பீரியல் பாலஸ்!" என்று சுட்டிக்காட்டினார் ஷோஜோ.

"அதைச் சுற்றித்தான் தேர் ஓடப் போகுதோ!" என்று கேட்டார் விழா வேந்தன்.

''ஆமாம், தேரோட்டதன்னைக்கு 'நேஷனல் ஹாலிடே' டிக்ளேர் பண்ணப் போறாங்களாம். வெளிநாட்டிலிருந்தெல்லாம் ஏகக் கூட்டம் வரும் என்று எதிர்பாக்கறாங்க. இப்பவே எல்லா ஓட்டலும்

புக் ஆயிட்டுதாம். ஒலிம்பிக் விழாவைவிடப் பெரிசா நடத்தணும்னு ஜப்பான் சக்கரவர்த்தி ஆர்வமாயிருக்காராம்!"

"அமெரிக்காவிலிருந்து புஷ், ரஷ்யாவிலிருந்து கார்பசேவ், லண்டனிலிருந்து தாச்சர், இந்தியப் பிரதமர் எல்லோரும் தேரோட்டத்துக்கு வரப் போறாங்களாமே!"

"மத்தவங்க பேரெல்லாம் சொன்னீங்க. வி. பி. சிங் பேரைச் சொல்லாம இந்தியப் பிரதமர்னு சொல்றீங்களே, அது ஏன்?" என்று கேட்டார் நன்னன்.

"இப்ப இருக்கிற நிலைமையில் வி. பி. சிங்தான் பிரதமராயிருப்பார்னு உறுதியாச் சொல்ல முடியலையே! அங்கே அத்வானி ஒரு ரதம் விட்டுக்கிட்டிருக்காரே! அது என்ன ஆகப் போகுதோ!" என்றார் புள்ளி.

டோக்கியோவே அல்லோலகல்லோலப்படப் போகுது. நம் கலைச் சிறப்பை எல்லா நாட்டு மக்களும் கண்டு களிக்கப் போறாங்க. நம் ஊர் நாதசுரம், பாண்டு வாத்தியம், பரத நாட்டியம், கோயில் குடை, வாழை மரம், தென்னங்குலை, தேர்ச்சீலை, தண்டமாலை, தொம்பை, பொய்க்கால் குதிரை, கரகாட்டம், தாரை தப்பட்டை, சிலம்பம், வாண வேடிக்கை, கொம்பு வாத்தியம், கொம்பு மிட்டாய், பொரி கடலை, பட்டாணி, வளைக்கடை, தண்ணீர்ப்பந்தல், நீர் மோர்..."

"நீர் மோர்னா?"

"More நீர்னு அர்த்த ம்!"

"ஆமாம்; வடம் பிடிச்சு இழுக்க ஆயிரக்கணக்கான பேர் தேவைப்படுமே! திருவாரூர்த் தேர் மாதிரி ரொம்பப் பெரிசாச்சே! ஜப்பான்காரங்களால முடியுமா? நம்மோடு சேர்ந்து இருப்பாங்களா?"

"ஒரு பக்கம் வடத்தை ஜப்பான் காரங்க இருப்பாங்க. இன்னொரு பக்கம் நாமெல்லாம் இழுப்போம். நடுநடுவே வெளிநாட்டுக்காரங்களும் சேர்ந்து இழுப்பாங்க."

"இதுதான் ரியல் கல்ச்சுரல் எக்ஸ்சேஞ்ச்!"

"எனக்கு ஒரு சந்தேகம். தேர் ஓட்றபோது அதுக்கு முன்னாலும் பின்னாலும் யார் யார் போவாங்க?"

"மாயவரம், கும்பகோணம், தஞ்சாவூர், மதுரை பக்கத்திலிருந்து ஏராளமான ஓதுவார்கள் வராங்க. அவங்களெல்லாம் தேவாரம் திருப்புகழ் பாடிக்கிட்டு வரிசை வரிசையா அணி வகுத்துப் போவாங்க. தர்மபுரம் சாமிநாத ஓதுவார் தான் லீடர். அப்புறம் நாதஸ்வரக்காரங்க கோஷ்டி கோஷ்டியா வர்றாங்க. அவங்களுக்கு திருப்பதி ஆஸ்தான வித்வான் நாமகிரிப்பேட்டை கிருஷ்ணன் தான் லீடர்!"

"வாஷிங்டனுக்கே போய் வந்தவராச்சே! சக்கனிராஜ சக்கைப்போடு போடுவாரே, அப்புறம்? வேற யார் யார் வராங்க?"

"திருவிழா ஜெயசங்கர்''
'

''பொருத்தம்தான். இதுவும் ஒரு திருவிழா தானே!"

''அப்ப... தேருக்கு முன்னால் ஓதுவார்கள். அவங்களுக்குப் பின்னால் உள்ள துவார்களா? பலே, பலே!" என்றார் புள்ளி.

''ஜப்பான் காரனுக்கு வடம் பிடிச்சு இழுக்கத் தெரியுமோ?" என்று ஒரு சந்தேகத்தைக் கிளப்பினார் முத்து.

"ஜப்பான்லேயே இந்த மாதிரி தேர்த் திருவிழா எல்லாம் உண்டு. ஏறத்தாழ நம் ஊர் மாதிரியே இருக்கும் "

"இத்தனையூண்டு மீன் குஞ்சு மாதிரி ஒரு சின்ன நாடு. இது போன யுத்தத்தில் ஹிரோஷிமாவை அணுகுண்டு போட்டுத் தரை மட்டமாக்கிட்டாங்க."

''அணுகுண்டு விழுந்த நேரம் 1945 ஆகஸ்ட் ஆறாம் தேதி காலை எட்டேகால் மணிக்கு" என்று விவரித்தார் புள்ளி சுப்புடு.

''அதுக்கப்புறம் என்னமா வளர்ந்துட்டான் பார்த்தீங்களா!''

"உலகம் பூரா ஜப்பான் சாமான் தான். காமிரா, வாச், டிரான்ஸிஸ்டர், டி. வி. வீடியோன்னு எல்லாமே மேட் இன் ஜப்பான் தான். இப்ப

அமெரிக்காவுக்கு காரே பண்ணி அனுப்பறாங்க , இண்டியாவுக்குப் புடவை, கரும்பு, இரும்பு இந்த ரெண்டுமே நாட்டில் கிடையாது. ஆனா, கரும்பு. இறக்குமதி பண்ணி சர்க்கரை பண்றான். இரும்பு வரவழைச்சு. எஃகு பண்றான்! இத்தனை வித்தையும் தெரிஞ்சவனுக்குத் தேர் இழுக்கறதா பிரமாதம்! ஜப்பான் மக்களெல்லாம் ஒண்ணா, ஒற்றுமையா ஒருமுகமா பாடுபட்டு, இந்த தேசத்தையே ஒரு தேர் மாதிரி இழுத்துக்கிட்டுப் போய் முன்னணியிலே நிறுத்திட் டாங்களே!'

"நல்லாச் சொன்னீங்க. தேர் இழுக்க ஆள் வேணும்னா குண்டு குண்டா ஸ்மோ, பயில்வான்களையே அனுப்பிவெச்சுருவாங்க. பயில்வான்களும் போதாதுன்னா 'ரோபோ' தயார் பண்ணி தேரை இழுக்கச் சொல்லுவாங்க!" என்றார் நன்னன்.

''மணி நாலு ஆகப் போகுது. நாம் வந்த வேலையை பார்க்காம இப்படி ஊர் சுத்திக்கிட்டிருந்தா எப்படி?" என்று அவசரப்படுத்தினார் கணபதி ஸ்தபதி.

''இவ்வளவு தூரம் வந்துட்டு வாக்ஸ் மியூஸியம் அக்வேரியம் ரெண்டும் பாக்காமலா போறது? எழுநூறு வகை மீன் இருக்காமே, அக்வேரியத்துல!" என்றார் மனோரமா.

'அக்வேரியம் எங்க இருக்கு' என்று கேட்டார் முத்து.

''இதே டவர்லதான். மூணாவது மாடில மெழுகு பொம்மைங்க இருக்கு, முதல் மாடி அக்வேரியம்."

"அதெல்லாம் விழா முடிஞ்சப்புறம் பார்த்துக் குவம். இப்ப முதல்ல உயினோ பார்க்குக்குப் போய், அங்கே நிறுத்தி வச்சிருக்கும் தேரைப் பார்த்துட்டு வந்துருவோம் வாங்க" என்று அழைத்தார் கணபதி ஸ்தபதி.

''தேர் அங்கேதான் நிக்குதா?"

"ஆமாம். பதினாலு வருஷத்துக்கு முந்தி இதே ஜப்பான்ல வள்ளுவர் சிலையை வெச்சு தேரோட்டம் விட்டாங்களே, ஞாபகம் இருக்கா? அப்ப கலைஞர் முதலமைச்சரா இருந்தார். இங்க வந்து விழாவைத் தொடங்கி வெச்சார் ! அந்தத் தேரைத்தான் இப்ப பாக்கப்போறோம்!"

''இந்தத் தடவையும் தேரோட்டத்தை கலைஞர்தானே தொடங்கி வைக்கப் போறார்!"

''அதில் என்ன சந்தேகம்?"

"எப்ப வரார் தெரியுமா?"

''தேதி தெரியலே. ஆனா சக்ரவர்த்தி கஸ்ட்டா வரார்னு மட்டும் தெரியும். இந்தியன் வங்கி சேர்மன் கோபால கிருஷ்ணன் தான் எல்லா ஏற்பாடும் செஞ்சுகிட்டிருக்கார். அவர் அடுத்த வாரமே வந்துடறார்."

''எப்படியும் ஆரம்ப விழாவுக்கு கலைஞர் வந்துடுவார், இல்லையா?"

"முதல் நாளே வந்துருவார்!".

"அப்ப துரைமுருகனும் வருவார்னு சொல்லுங்க,"

"அவர் இல்லாமலா?''

எல்லோரும் ரயிலேறி உயினோ ஸ்டேஷன் போய்ச் சேர்ந்தார்கள். பார்க்கைச் சுற்றிப் பார்த்துவிட்டுக் கடைசியாகத் தேரடியில் போய் நின்றார்கள்.

"அடேயப்பா தேரைப் பார்த்தீங்களா, எவ்வளவு பெரிசு?" என்று வியந்தார் மனோரமா.

தேரின் கம்பீரத்தையும், அதன் அமைப்பையும் பார்த்துப் பார்த்து அதிசயித்துப் போனார் ஷோஜோ. "சப்பரம் என்று சொல்வார்களே, அது எது?" என்று கேட்டார்.

"இது சப்பரம் - இது சக்கரம்' என்று ஒவ்வொன்றாய் விளக்கினார் நன்னன். உடனே ஒரு சாக்பீஸை எடுத்து,

''ச - ப் - ப -ர-ம் - சப்பரம். தோப்பீடம்.

ச -க்-க-ர-ம் - சக்கரம்..." என்று எழுத்துக் கூட்டிச்
சொல்லிக்கொண்டே சாக்பீஸால் சப்பரத்தின் மீதும், சக்கரத்தின்
மீதும் குண்டு குண்டாய் எழுதிக் காட்டினார்.

டாக்ஸி ஒன்றை நிறுத்தி 'ஷிம்பாஷி!' என்றாள் கிஜியா. இருவரும்
ஷிம்பாஷியில் இறங்கி கேளிக்கைகள் நிறைந்த ஒரு முச்சந்தியில்
கைகோத்து நடந்தார்கள்.

நிசிகேக்கி தியேட்டர் வாசலில் பெரிய அளவு போஸ்டரில்
டாப்லெஸ் பெண்கள் சிரித்தார்கள். வரிசையாகச் சம உயரத்தில்
ஒற்றைக் காலைத் தூக்கி மடக்கியபடி... மார்புகள் விம்ம... த்ரீ
டைமன்ஷன் எஃபெக்ட்!

அவன் அந்தக் கவர்ச்சியை உற்றுப் பார்த்தபோது கிஜிமா கூச்சமாய்
முகத்தைத் திருப்பிக்கொண்டாள்.

"எங்கேயாவது போய்ச் சாப்பிடுவோமா?' என்று கவனத்தைத்
திருப்பினாள்.

"எங்கே ?"

"ஸோனி பில்டிங் எதிரில் ஐஸ்க்ரீம் பார்லரில். Miss Parrot" என்றாள்.

திரும்பி நடந்தே வந்தார்கள். கின்ஸா போலீஸ் ஸ்டேஷனுக்கு எதிர்
முலையில் தெரிந்தது அந்த பார்லர்!

ஸிக்னலுக்குக் காத்திருந்து, ரோடைக் கடந்து, சுழல் படிகள் ஏறி.
மாடிக்குப் போய் இடம் பிடித்தனர். ஒரு மூலையில் கண்ணாடி
ஜன்னல் ஓரமாக சின்ன டேபிள்; எதிரும் புதிருமாய் வசதியாக
இரண்டே நாற்காலிகள். கண்ணாடி வழியாகப் பார்த்தபோது
கின்ஸா ஒளிப்பூச்சிகளாய்க் கோலம் காட்டியது. மெனு கார்டை
எடுத்து நிதானமாகப் பார்த்துக் கொண்டிருந்த ஜார்ஜிடம் "இதோ
ஒரு நிமிஷம் , என் தோழிக்கு டெலிபோன் செய்துவிட்டு
வந்துவிடுகிறேன்" என்று எழுந்த கிஜிமா கைப்பையை
நாற்காலிமீது வைத்து வீட்டுப் போனாள்.

"அந்தப் பைக்குள் சர்க்கார் ரகசியங்கள் ஏதேனும் இருக்கலாம்"
என்று யோசித்தான் ஜார்ஜ் மனம் பரபரத்தது. கிஜிமா திரும்பி
வருவதற்குள், அவளுக்குத் தெரியாமல் அதை எடுத்துச்

சோதித்துவிடத் துணிந்தான். குற்ற உணர்வோடு சுற்றுமுற்றும் பார்த்தான். யாருமே இவனை கவனிக்கவில்லை. சட்டென்று அந்தப் பையை எடுத்து அதிலிருந்த சில கடிதங்களை அவசரமாய்ப் படித்தான். அவன் எதிர்பார்த்த, அவனுக்குத் தேவையான சில ரகசியங்கள் அதில் இருந்தன!

இதயம் படபடக்க, சில விலாசங்களையும் தேதிகளையும் தன் டயரியில் வேகமாய்க் கிறுக்கிக்கொண்டு அந்தக் கடிதங்களைப் பழையபடியே பையில் வைத்துவிட்டான்.

கிஜிமா நிதானமாகத் திரும்பி வந்து எதிரில் உட்கார்ந்து தலையைக் கோதிக் கொண்டாள்.

"ஜார்ஜ்! என்ன சாப்பிடுகிறீர்கள்? இங்கே 'மிஸ் பேரட்' ஐஸ்க்ரீம் ரொம்ப பாபுலர். திருமணமாகாத இளம் ஜோடிகள் அதைச் சாப்பிடுவதற்கென்றே இங்கு வருவார்கள்" என்று கூறிச் சிரித்தாள்.

"Miss Parrot!" என்றவன் "இங்கே எப்போதும் கூட்டம்தானா?"

"ஆமாம்; காதலர்கள் உல்லாசப் பொழுது போக்க இங்கே வருவார்கள். நிதானமாய் உரையாடிக்கொண்டே ஐஸ்க்ரீம் சுவைப்பார்கள்.'

"எனக்கு மிஸ் பாரட்' ரொம்பப் பிடித்திருக்கிறது."

" இன்னொன்று சாப்பிடுகிறீர்களா?"

"வேண்டாம். நாளைக்கும் இங்கே வருவோம்."

இருவரும் எழுந்தார்கள்.

அவனை 'ஸப்வே' வரை கொண்டுவிட்டான். பிறகு டாக்ஸி பிடித்து தன் ஓட்டலுக்குத் திரும்பியபோது மணி பதினொன்று. ஜப்பானியர்கள் குளிக்கிற நேரம். களைப்போடு கட்டிலில் அமர்ந்தான்.

ஷூ கழற்றி, ஸாக்ஸ் உரித்து நைட்கவுன் அணிந்து, க்ரீன் டீ தயாரித்துக் கொண்டிருந்த போது டெலிபோன் கிணு கிணுத்தது.

ரிசீவரை எடுக்க, அவனுடைய நண்பன் பென்னட்டின் ஆவல் நிறைந்த குரல் :

''ஜார்ஜ்! நான்தான் பென்னட். பாரிவிலிருந்து பேசுகிறேன். ஏதாவது தகவல்..?' என்று இழுத்தான்.

"எஸ். ரொம்ப முக்கியமான தகவல் சிக்கிவிட்டது. ஷாம்பேள் குடித்து வெற்றியைக் கொண்டாடு நண்பனே!" என்றான் ஜார்ஜ்.

"யூ ஆர் கிரேட் இந்தச் செய்தி போதும்! நாளை வந்து விடுகிறேன். நேரில் பேசிக்-கொள்ளலாம்" என்று பேச்சை வெட்டிக்கொண்டான்.

ஜார்ஜ் ரிசீவரை வைத்ததும் மீண்டும் டெலிபோன் ஒலித்தது.

'யாராயிருக்கலாம்?' என்ற யோசனையுடன் ஜார்ஜ் டெலிபோனை எடுத்துப் பேசியபோது, ஒரு அதிர்ச்சியான செய்தி!

"ஜார்ஜ்! உங்க டயரியை நீங்க ஐஸ்க்ரீம் ஷாப்பில் மறந்து வைத்துவிட்டுப் போய்விட்டீர்களா?' என்று கேட்டாள் கிஜிமா.

"மை காட்!" என்று தலையில் கை வைத்துக்கொண்டான் ஜார்ஜ்.

3

ஒன்று, இரண்டு என்று தொடங்கி ஐந்து வரை விரல் வீட்டு எண்ணினார் புள்ளி சுப்புடு. அப்படி எண்ணும்போது நம் ஊர் வழக்கப்படி இல்லாமல், கட்டை விரலில் தொடங்கி சுண்டுவிரலில் முடித்தார்.

''இதென்னய்யா தலைகீழ்ப்பாடமா கட்டைவிரல்லேருந்து எண்றீங்க! இது எந்த ஊர் வழக்கம்?" என்று கேட்டார் முத்து.

''இது ஜப்பான் நாட்டு வழக்கம். நாமெல்லாம் சுண்டு விரல்லே ஆரம்பிச்சு கட்டை விரல்லே முடிப்போம். இங்கே கட்டைவிரல் தான் முதல் நம்பர் ! பி எ ரோமன் வென் யு ஆர் இன் ரோம்!" என்றார் புள்ளி சுப்புடு.

'சரி; அஞ்சுங்கறது என்ன கணக்கு?" - முத்து கேட்டார்.

"இன்னைக்கு அஞ்சாவது நாள் இண்டியன் பாங்க் சேர்மன் கோபாலகிருஷ்ணன் வரார். ஆறாவது நாள் காலையில ஒன்பது மணிக்கு பந்தக்கால் முகூர்த்தம். பந்தக்கால் நுனியில் மாவிலை கட்டி மங்கள வாத்திய இசையோட கோபாலகிருஷ்ணன் ஊன்றி வைப்பார். ராசியான கை!"

'பந்தக்காலா? அது எதுக்கு!"

'அரண்மனை கிழக்கு வாசல்லேதான். தேரோட்டம் தொடங்கப் போறோம். அந்த இடத்துலயே வேற ஒரு ஸைட்ல ஷாமியானா போட்டு தேர் ஃபெஸ்டிவல் ஆபீஸ் அமைக்கணும். தேரோட்டம் சம்பந்தமான எல்லா ஏற்பாடுகளையும் அந்த ஆபீஸ்தான் கவனிச்சுக்கும்."

"கொஞ்சம் விவரமாச் சொல்லுங்க..''

''முதல்ல ஸ்பெஷல் கொடி ஒண்ணு தயார் செய்யணும். அப்புறம், ஸ்டாம்ப் ரிலீஸ் கல்ச்சுரல் புரோக்ராம். என்கொயரி ஆபீஸ்னு இப்படி எத்தனையோ ஐட்டம் இருக்கே!" என்றார் முத்து.

"நாங்க ரெண்டு பேரும் இப்பவே தேரடிக்குப் போறோம். முதல்லே தேரை ரிப்பேர் செய்யணும். நாலு பக்கமும் தொம்பை கட்டணும்.

நிறைய அலங்கார வேலை இருக்கு. ஜாயிண்ட் வேலையெல்லாம் முடிச்சு, பளபளன்னு புதுத் தேராக்கிடணும்" என்றார் கணபதி ஸ்தபதி.

"தேர் வேலையை கவனிக்கப் போறது யார் யார்?"

"நானும் நன்னனும்தான். தச்சு வேலை செய்யறவங்க ஓட்டல்ல இருக்காங்க. அவங்களும் இப்ப வராங்க..."

"பந்தக்கால் முகூர்த்தம் வரைக்கும் எங்களுக்கு ஒரு வேலையும் இல்லை. அதனால், நாங்க நாலு பேரும் அதுக்குள்ளே கியோட்டோவுக்குப் போயிட்டு வந்துடறோம்" என்றார் மனோரமா,

"அதுவும் நல்ல யோசனைதான்" என்றார் நன்னன்.

"கியோட்டோ ஜப்பானின் பழைய தலைநகரம். 1868லேருந்து டோக்கியோ தான் புதுத் தலைநகரம் என்றார் புள்ளி.

"கியோட்டோ, டோக்கியோ " என்று திருப்பித் திருப்பிச் சொல்லிப் பார்த்தார் மனோரமா.

'KYOTO பழைய நகரம். TOKYO புதுசு. ரெண்டுமே அஞ்சு எழுத்துதான் தலைநகரம் மாறின மாதிரி எழுத்துக்களும் இடம் மாறியிருக்கு!" என்று புள்ளி சுப்புடு புதிர் போட்டார்.

"எப்படி?"

"KYOTO-வில் உள்ள கடைசி ரெண்டு எழுத்தை முதல்ல மாத்திப் போட்டா TOKYO!" என்றார் புள்ளி.

"ரொம்ப ஆராய்ச்சி பண்ணியிருக்கீங்க!" - மனோரமா சிரித்தார்.

"நீங்க ஆச்சி , நான் ஆராய்ச்சி !" என்றார் புள்ளி.

நாலு பேரும் ஸ்டேஷன் வாசலில் போய் நின்றபோது அந்த நகரத்தின் கம்பீரமும், கலகலப்பும் எதிரில் டவர் ஓட்டலும் தெரிந்தன. விசாலமான விஸ்தீரணத்தைக் கடந்து, அந்தக் கட்டடத்தின் ஓரமாகவே நடந்து போனார்கள்.

பக்கத்தில் ஒரு சின்ன சந்து திரும்பியது. ''இந்தத் தெருவில் நிறைய 'இன்ன்'ஸ் இருக்கு. நாலு பேர் தங்கறதுக்கு வசதியாவும் சீப்பாவும் இருக்கும். கட்டில் மட்டும் இருக்காது. தரையில் பாய் விரித்து திண்டு போட்டிருப்பார்கள்" என்றார் கோமோச்சி.

''ஒரு ரைஸ் குக்கர் வாங்கி இன்ன்லயே சமையலும் பண்ணிட்டா சாப்பாட்டுச் செலவும் மிச்சமாப் போயிடும்" என்றார் புள்ளி.

"பஸ்ட் கிளாஸ் ஐடியா ! சாம்பார் பொடி, ரசப்பொடி, ஊறுகாய் பெருங்காயம் உள்பட சமையலுக்கு வேண்டிய எல்லாம் கொண்டாந்திருக்கேன். நானே சமையல் பண்ணிரட்டுமா?" என்று கேட்டார் மனோரமா.

"இன்ன்ல சமைக்கலாமா? ஒத்துக்குவாங்களா?" என்று பயந்தார் முத்து.

"இன்ன்ல சொந்தக்காரிக்குத் தெரிஞ்சா ஆபத்து. சத்தம் போட்டு விரட்டி விட்டுருவாங்க!" என்று எச்சரித்தாள். கோமோச்சி.

"ம். பார்த்துக்கலாம். சமாளிச்சுக்கலாம்" என்றார் புள்ளி.

''ஜப்பான்ல நம் ஊர் சாப்பாடா அதுவும் மனோரமா கையால பலே, பலே! அப்படின்னா சாம்பார் ஏதாச்சும் கூட..."

''சின்ன வெங்காயம் இருக்கு. சாம்பாரும் செஞ்சுட்டாப் போகுது" என்றார் மனோரமா.

ஒரு இன்ன் பிடித்து மேல் மாடியில் இரண்டு ரூம் எடுத்துக் கொண்டார்கள். அந்த இன்ன்னுக்குச் சொந்தக்கார அம்மாளுக்குத் தெரியாமல் ரகசியமாகச் சமைத்து விடுவது என்றும் முடிவு செய்தார்கள் ,

வெங்காயம் உரித்து, பருப்பு வேகவைத்து, சாதம் வடித்து, சாம்பார் கொதித்தபோது வெங்காய வாசனை கமகமத்தது!

"கதவைச் சாத்துங்க, வாசனையை வெளியே விடாதீங்க.... ஜாக்கிரதை!" என்று எச்சரித்தார் புள்ளி.

எல்லாக் கதவுகளையும் மூடி , துளி வாசனை கூட வெளியே போகாதபடி துவாரக பாலகர் மாதிரி காவல் காத்தார் முத்து.

புள்ளி சுப்புடு விசிறியால் வீசி, வீசி வாசனையைக் கலைத்துவிட்டுக் கொண்டிருந்தார்.
வீட்டுக்கார அம்மாள் உட்கார்ந்திருந்த கவுண்ட்டர் வரை போய் நின்று அங்கு சாம்பார் வாசனை வருகிறதா என்று மோப்பம் பிடித்துப் பார்த்தார் புள்ளி.

வீட்டுக்கார அம்மாவோடு பேச்சுக் கொடுத்து. அவள் கவனத்தை திசை திருப்பினாள் கோமோச்சி. முத்து ஊதுவத்தி கொளுத்தி வைத்து சாம்பார் வாசனையை அதில் மறைக்கப் பார்த்தார்.

சாம்பாரைக் கீழே இறக்கி வைக்கிற போது வீடு பூராவும் வாசனை அடர்த்தியாய்ப் பரவிவிட்டது.

வீட்டுக்கார அம்மாள் மூக்கை உறிஞ்சி உறிஞ்சி, 'அதென்ன வாசனை! எங்கிருந்து வருகிறது?' என்று யோசித்தாள்.
சந்தேகத்துடன் மேலே இவர்கள் தங்கியிருந்த அறைக்கு விரைந்து சென்று பார்த்தாள்.

"ஐயோ, வீட்டுக்கார அம்மான் தெரிஞ்சு போச்சு போலிருக்கு என்ன ஆகப் போகுதோ!" என்று எல்லோரும் பயந்து போய் திருட்டு முழி முழித்தார்கள்.

அந்த அம்மாள் "இங்கே சமையல் செய்தீர்களா?' என்று அதிகாரமாய்க் கேட்டாள்.

"ஆமாம்'' என்று ஒப்புக்கொண்டார் புள்ளி பயந்தபடி.

''என்ன பண்ணீங்க?"

''ஆனியன் சாம்பார்'' என்று கோடி மோச்சி உண்மையைச் சொல்ல, அப்படியா! ''வாசனை பிரமாதம்! நாக்ல ஜலம் ஊறுது. எனக்கும் கொஞ்சம் சாம்பார் கொடுப்பீங்களா?" என்று கேட்டாள்.

"அம்மாடியோ! தப்பிச்சோம்" என்று எண்ணிக்கொண்ட மனோரமா, ஒரு பாத்திரம் நிறைய சாம்பார் எடுத்துக் கொடுத்தனுப்பினார். அங்கேயே ஒரு ஸ்பூன் சாம்பாரை வாயில் ஊற்றிச் சாப்பிட்டுப்

பார்த்த வீட்டுக்காரி ''ரொம்ப டேஸ்ட்டா யிருக்கு! வெரிகுட் தினமும் நீங்க இங்கேயே சமையல் செஞ்சுக்குங்க. எனக்கும் கொஞ்சம் சாம்பார் கொடுத்துட்டுப் போங்க. ஆமாம்!" என்று ஒரு உத்தரவு போல் சொல்லிவிட்டுப் போனாள்.

மனோரமாவுக்கும் மற்றவர்களுக்கும் அப்போதுதான் போன மூச்சு திரும்பி வந்தது

நாலு பேரும் மகிழ்ச்சி தாங்காமல், "அம்மாடி!" என்று நிம்மதிப் பெருமூச்சு விட்டார்கள்.

''நாளைக்கு என்ன சமையல் மீன் குழம்பு வச்சிரலாமா?'' என்று கேட்டார் மனோரமா தைரியத்தோடு.

''மீன் தான் ஜப்பானியர்களின் முக்கிய உணவு. இந்த நாட்டின் உணவுத் தேவையை 60% மீன் தான் பூர்த்தி செய்கிறது. பாதிப்பேர் பச்சையாகவே சாப்பிட்டுருவாங்க" என்றார் புள்ளி.

நன்னன் உயினோ பார்க்கில் நிறுத்தி வைக்கப்பட்டிருந்த தேர்ச் சப்பரத்தின் மீது ஏறி அமாந்து ஏதோ எழுதிக்கொண் டிருந்தார்.

"என்ன எழுதறீங்க?" என்று கேட்டார் திருக்குறள் ஷோஜோ.

''அரண்மனையைச் சுற்றி நாலு பக்கமும் தேர் ஓட்டப் போறோம் இல்லையா? அந்த நாலு வீதிக்கும் நாலு பேர் வைக்கலாம்னு ஒரு யோசனை!"

"என்ன பேர் வைப்பீங்க?"

"அதைத்தான் எழுதிக்கிட்டிருக்கேன். வள்ளுவர் வீதி, இளங்கோ வீதி, ஔவையார் வீதி, பாரி வீதி."

''பாரி விதி எதுக்கு?"

''முல்லைக்கு தேர் ஈந்த வள்ளல் பாரிதானே? அவன் பேரும் இருக்கட்டுமே!" என்றார் நன்னன்.

வெளிநாட்டிலிருந்து ஏராளமான டூரிஸ்ட்டுகள் தேரைச் சுற்றிச் சூழ்ந்து வேடிக்கை பார்த்துக் கொண்டிருந்தார்கள். திருக்குறள் ஷோஜோ அவர்களுக்கெல்லாம் தேர் பற்றியும் தேரோட்டம் பற்றியும் விளக்கம் சொல்லிக்கொண்டிருந்தார். தேரின் அடிப்பாகத்தில் இருந்த நுட்பமான சிற்பங்களைக் காட்டி, "இதெல்லாம் இந்தியாவின் கலைச்செல்வங்களையும் கலாசாரங்களையும் பிரதிபலிக்கும் சிற்பங்கள். இந்தத் தேரின் மீது வள்ளுவர் சிலையை வைத்து ஊர்வலம் விடப் போகிறோம்" என்றார்.

"அப்படியா! ஊர்வலம் என்றைக்கு?" என்று ஆவலோடு கேட்டார் கிறிமாவோடு அங்கே வந்திருந்த ஜார்ஜ்.

"தேதி இன்னும் முடிவாகலே...." என்றார் ஷோ ஜோ.

தேரைச் சுற்றிச் சுற்றி ஒரு ஆராய்ச்சியோடு கவனித்தார் ஜார்ஜ். எல்லா பாகங்களையும் நுட்பமாகப் பார்த்துக் கொண்டார். நாலு சக்கரங்களையும் தொட்டுப் பார்த்து "ப்யூட்டிஃபுல் கார்விங்ஸ்!" என்று வியந்தார்.

சிற்பங்கள் செய்யும் ஆச்சாரிகளைச் சந்தித்து, சிற்பங்கள் செய்யும் கலையை எனக்கும் கற்றுத் தருவீர்களா?' என்று கேட்டார்.

4

நரீடா விமான கூடம் ‘ஜே ஜே’ என்று பரபரத்தது.

இன்னும் சிறிது நேரத்தில் ஏர் இண்டியாவில் வந்து இறங்கப் போகும் இந்தியன் வங்கி சேர்மன் கோபாலகிருஷ்ணனை வரவேற்று, அரண்மனைக்கு அழைத்துச் செல்ல ஜப்பான் சக்ரவர்த்தி தமது அந்தரங்கக் காரியதரிசி மிஸ்டர் யோஷினாரி யையும், அவருக்குத் துணையாக விழா வேந்தன் முத்து. புள்ளி சுப்புடு இருவரையும் விமான கூடத்துக்கு அனுப்பி வைத்திருந்தார். காரியதரிசி முன் வீட்டிலும் இவர்கள் பின் வீட்டிலும் உட்கார ரோல்ஸ்ராய்ஸ் நரீடாவை நோக்கிப் பறந்தது.

’’ரோல்ஸ் ராய்ஸ் கார்ல போறதுக்கு அதுவும் ஜப்பான் ரோடில் போறதுக்குக் கொடுத்து வச்சிருக்கணும். எல்லாருக்கும் கிடைச்சுருமா இந்த அதிர்ஷ்டம்!’’ என்று மகிழ்ந்தார் முத்து.

’’இங்கே ரோல்ஸ்ராய்ஸ், நம் ஊரில் ரோல்ஸ் ராய்ஸ்!" என்று சிரித்தார் புள்ளி.

"விமானம் வர இன்னும் அரை மணி ஆகுமாம். அதுக்குள்ளே கொஞ்ச நேரம் தோப்பிங் பண்ணுவமா?" என்று கேட்டார் முத்து.

’’ஏர்போர்ட்ல எக்கச்சக்க விலை..."

’’நான் சொல்றது விண்டோ ஷாப்பிங்! கண்ணால பாக்கறதோடு சரி! ஒரு காப்பி மட்டும் சாப்பிடலாம்"

’’வேணாம். கையைச் சுட்டுரும்!|

’’ஏன்? அவ்வளவு சூடா கொடுப்பாங்களா?"

’’ காப்பி கூடாது. விலை!" என்றார் புள்ளி.

நூற்றுக்கணக்கான பயணிகள் கும்பல் கும்பலாக எஸ்கலேட்டர் ஏறி, படிகள் இறங்கி, ஸோனி விளம்பர அழகியின் கவர்ச்சியில் லயித்து, வராந்தா நடந்து இம்மிகிரேஷன் கடந்து, கஸ்டம்ஸ் விடுதலை பெற்று முன் வாசலுக்கு வந்து கொண்டிருந்தவர்களில் கோபாலகிருஷ்ணனும் ஒருவர்.

"அதோ, அதோ கோபாலகிருஷ்ணன்!" என்றார் புள்ளி.

''இந்த கும்பலில் அவரை எப்படிக் கண்டுபிடிச்சீங்க?" என்று கேட்டார் முத்து.

"குள்ளமான ஜப்பான்காரர்களுக்கிடையே ஆஜானு பாகுவாய், உயரமாய் வருகிறாரே!" என்றார் புள்ளி.

"ஜப்பான்காரர்கள் குறள் மாதிரி குள்ளமா இருக்காங்க!" என்றார் முத்து.

"அப்ப இனிமே அவங்களைக் குள்ளர்கள்னு சொல்றதுக்குப் பதிலா 'குறளர்கள்'னு சொல்லிடுவமா?" என்றார் புள்ளி.

கோபாலகிருஷ்ணன் மெதுவாக நடந்துவர, புள்ளி சுப்புடு ஓடிப்போய் அவர் கைப்பெட்டியை வாங்கிக்கொண்டார்.

முதலில் தம்மை அறிமுகப்படுத்திக்கொண்ட காரியதரிசி யோஷினாரி கோபாலகிருஷ்ணன் கையைக் குலுக்கி பூச்செண்டு கொடுத்து ''வெல்கம், வெல்கம் டு டோக்யோ!" என்று ஆங்கிலத்தில் வரவேற்றார்.

''வீட்ல லேடீஸ் யாரையும் அழைச்சிட்டு வரலையா?'' என்று முத்து கேட்க விழாவுக்கு வந்துருவாங்க'' என்றார் சேர்மன்.

''தமிழ்நாட்டில் விசேஷம் ஏதாவது உண்டா ?"

"பலத்த மழை பெஞ்சு ஏரி, குளம் குட்டையெல்லாம் ரொம்பி வழியுது. அந்த ஏரி குளம் குட்டையெல்லாம் இப்ப வேற எங்கயும் இல்லை. நம்ம 'மெட்ராஸ் ரோட்லதான் இருக்குது!" என்று சிரித்தார் கோபாலகிருஷ்ணன்.

"நாம இப்ப பாலஸ் கஸ்ட் ஹவுஸ்க்குப் போறோம். நீங்க அங்கதான் தங்கறீங்க.
சக்ரவர்த்தி தங்களைச் சந்திக்க ரொம்ப ரொம்ப ஆவலாயிருக்கார். ராத்திரி எல்லாருக்கும் டின்னர் பாலஸ்லதான். அப்ப மகாராஜா தேரோட்டம் பற்றி உங்ககிட்ட.. த்ரெட்பேரா டிஸ்கஸ் பண்ணப் போறாராம்!" என்றார் யோஷினாரி.

''த்ரெட் பேர்! ரொம்பப் பொருத்தமான வார்த்தை. தேர்வடமே த்ரெட்ல ஆனதுதானே!" என்றார் புள்ளி.

'நீங்களெல்லாம் எங்கே தங்கியிருக்கீங்க?' என்று முத்துவைப் பார்த்துக் கேட்டார் கோபாலகிருஷ்ணன்.

"டயச்சி ஓட்டல்ல."

"ஏன்? அரண்மனைல தங்கலையா?'

"டெம்பரரியாத்தான் ஓட்டல்ல தங்கவச்சிருக்காங்க. கஸ்ட் ஹவுஸில் சின்னச்சின்ன ரிப்பேர் நடந்துகிட்டிருந்தது. இப்ப எல்லாம் முடிஞ்சுட்டுது. இப்பவே எங்களையும் கஸ்ட் ஹவுஸ் ஈக்கு வந்துடச் சொல்லிட்டாங்க!" என்றார் புள்ளி.

"நம்ம கூட்டம் பெரிய கூட்டமாச்சே! அவ்வளவு பேரும் கஸ்ட் ஹவுஸில் தங்க முடியுமா?"

"ஆயிரம் பேர் வேண்டுமானாலும் தங்கலாம். அறுநூறு க்வார்ட்டர்ஸ் இருக்கு?" என்றார் யோஷினரி.

''ரோல்ஸ் ராய்ஸ் சவாரி அரண்மனை வாசம் ராஜோபசாரம்!" என்று சொல்லி மகிழ்ந்தார் புள்ளி.

''சக்ரவர்த்திக்கு என்ன வயசு இருக்கும்?" என்று கேட்டார் கோபாலகிருஷ்ணன்..

''125-வது சக்கரவர்த்தி. வயசு அம்பத்தாறு பேர் அகிஹிட்டோ. மகாராணி பேர் மிச்சிகோ' என்றார் புள்ளி.

"தேர் வேலை எங்க நடக்குது?"

"பழைய இடத்திலயே வெச்சு ரிப்பேர் பார்த்துக்கிட் டிருக்காங்க. தேர் ஜோடனை, பூ அலங்காரம், தொம்பை கட்றது எல்லாத்தையும் நுணுக்கமாப் பார்த்து ரசிக்கணுமாம் சக்ரவர்த்தி குடும்பத்தாருக்கு. அதனால தேரை அரண்மனைக்கே கொண்டு வந்துரச் சொல்லிட்டாங்க."

''தேரோட்டம் எந்த இடத்திலேன்னு தீர்மானமாயிட்டுதா?". கிழக்கு வாசல்லேருந்து ஆரம்பிச்சு கோட்டைக்கு வெளியே நாலு விதிகளையும் சுற்றி வரப்போகுது. மதில் சுவர் பக்கமா அரண்மனைக்குள்ளயே ஒரு கண்ணாடி ஹவுஸ் கட்டியிருக்காங்க. அந்த இடம் நல்ல வியூ பாயிண்ட்டாம்! தேரோட்டம் பார்க்கறதுக்கு ஏற்ற வசதியான இடம்!" என்றார் யோஷினாரி.

"பந்தக்கால் முகூர்த்தம் எப்ப வச்சிருக்காப்ல?" என்று கேட்டார் கோபாலகிருஷ்ணன்.

''ராத்திரி டின்னர் மீட்ல சக்ரவர்த்தி சொல்லுவார். பந்தக்கால் முகூர்த்தம் தேரோட்டம் எல்லாத்துக்குமே தேதி நிச்சயம் செய்தாகணும், இன்விடேஷன் போடணும். முக்கியமா இந்த விழாவுக்கு ஒரு ஸ்பெஷல் கொடி தயார் செய்யணும்" என்றார் யோஷினாரி.

''வெள்ளை நிறப் பட்டுத் துணியில் சிவப்பு நிற வட்டச் சூரியனும், வள்ளுவர் கோட்டத் தேரும் பொறித்த கொடி தான் பொருத்தமாயிருக்கும் என்று கலைஞர் தம் கையாலயே ஒரு வரைபடமே வரைஞ்சு கொடுத்தனுப்பியிருக்கார்" என்றார் கோபாலகிருஷ்ணன்.

''பலே, பலே! தேர் அசைந்தாடி நாலு வீதியிலும் நகர்றபோது அந்தக் கொடி பட்டொளி வீசிப் பறக்கும்! தொம்பைகள் யானைத் துதிக்கை மாதிரி இப்படியும் அப்படியும் வீசி ஆடும். இதையெல்லாம் பார்க்க ஏராளமான கூட்டம் வீதிக்கு இரண்டு பக்கமும் அலைமோதிக்கிட்டு நிப்பாங்க. கூட்டத்தை எப்படித்தான் சமாளிக்கப் போறாங்களோ, தெரியலை நினைச்சாலே 'த்ரில்'லா இருக்கு!" என்றார் புள்ளி.

''கவலைப்படாதீங்க. ஜப்பான் போலீஸ் ரொம்பத் திறமைசாலிங்க. கூட்டத்தை புஷ் பண்ணி புஷ் பண்ணி ப்ளாட்பாரத்துக்கு வெளியே வராம கண்ட்ரோல் பண்றதுல அவங்களுக்கு நிறைய அனுபவம் உண்டு" என்றார் யோஷினார்.

டின்னருக்கு கோபாலகிருஷ்ணனையும் தமிழ் நாட்டி - விருந்து வந்திருக்கிற-வர்களையும் அழைத்திருந்தார் சக்கரவர்த்தி.

விருந்துக்கு முன்பாக கையோடு கொண்டு வந்திருந்த ஒரு பெரிய சந்தன மாலையை எடுத்து சக்கரவர்த்தியின் கழுத்தில் அணிவித்தார் கோபாலகிருஷ்ணன், மனோரமாவிடம் இன்னொரு மாலையைக் கொடுத்து மகாராணியின் கழுத்தில் அணிவிக்கச் சொன்னார்.

"ஓ, ஸாண்டல்வுட்!" என்று சொல்லி அதன் வாசனையைத் திருப்பித் திருப்பி முகர்ந்து மகிழ்ந்தனர் சக்கரவர்த்தி தம்பதியர்.

முதலில், மனோரமாவை அருகில் அழைத்து "இவர் எங்க தமிழ் நாட்டின் மிகச் சிறந்த நடிப்புக் கலைஞர். ஆயிரம் - படங்களுக்கு மேல் நடித்திருக்கிறார்" என்று சக்கரவர்த்திக்கு அறிமுகப்படுத்திய கோபாலகிருஷ்ணன், அடுத்தாற்போல் விழா வேந்தன், நன்னன், கணபதி ஸ்தபதி, ரங்கோலி மாமி, மாமல்லபுரம் சிற்பிகள், காரைக்குடி ஆசாரிகள் அத்தனை பேரையும் அறிமுகப்படுத்தி வைத்தார்.

"ஜப்பானிலேயே இந்த மாதிரி ஒரு விழா நடந்ததில்லை என்கிற அளவுக்கு நடத்திடணும். பிரைம் மினிஸ்டர் கூட ரொம்ப ஆர்வமாயிருக்கார். சர்க்கார் டயட் பில்டிங்கில் இந்த விழாவுக்காக தனி டிபார்ட்மெண்ட்டே ஒர்க் பண்ணுது. நாளைக்கே பந்தக்கால் முகூர்த்தம் நடத்திடலாம்" என்றார் சக்கரவர்த்தி.

விருந்து முடிந்து எல்லோரும் கஸ்ட் ஹவுஸ் போய்ச் சேரும் போது அரண்மனை கடிகாரத்தில் மணி பதினொன்று அடித்தது.

"டின்னர் ரொம்ப ஹெவி. வெற்றிலை பாக்கு இருந்தாய் போடலாம். ஜீர்ணம் ஆயிடும். நம்ம ஊர்ல சாப்பிட்ட மாதிரி ஒரு திருப்தியும் ஏற்படும்" என்றார் முத்து.

"ஜப்பான்ல வெற்றிலை பாக்கா நல்ல ஆசை" என்று சிரித்தார் புள்ளி

"கும்பகோணம் வெத்தலை. அசோகா பாக்கு, டி. எஸ். ஆர். சுண்ணாம்பு மூணும் கொண்டு வந்திருக்கேன்" என்றார் கோபாலகிருஷ்ணன்.

"அப்படியா, முதல்லே அதை எடுங்க!" என்று ஆவலோடு கேட்டு வாங்கி அத்தனை பேரும் கும்பலாக உட்கார்ந்து வெற்றிலை போட ஆரம்பித்துவிட்டார்கள்!

இவர்கள் வெற்றிலை போடுவதை வேடிக்கை பார்த்துக் கொண்டிருந்த குள்ளமான அரண்மனைச் சேவகன் ஒருவன் "அது என்ன? வெத்திலை போட்டால் வாய் எப்படிச் சிவப்பாகிறது?" என்று ஆச்சரியத்தோடு கேட்டான்.

"சுண்ணாம்புல இருக்குது சூட்சுமம்" என்றார் புள்ளி.

மனோரமா அந்த ஜப்பானியனுக்கு வெற்றிலை போடுவது எப்படி என்பதை விளக்கிச் சொன்னார்.

அந்தக் குள்ளச் சேவகன் தானே ஒருமுறை செய்து பார்க்க விரும்பினான். வெற்றிலையில் உள்ள நரம்புகளைக் களைந்துவிட்டு, வெற்றிலையின் கீழ்ப் பாதியில் சுண்ணாம்பு தடவினான்.

"மேல் பாதியிலும் தடவணும்" என்றார் மனோரமா.

"அவன் குள்ளமாச்சே! அவனுக்கு மேல் பாதி எட்டாதே! அவன் எப்படி தடவுவான்?" என்று ஜோக் அடித்தார் புள்ளி.

"கிஜிமா! அது ரொம்ப முக்கியமான டயரி! ஜாக்கிரதை! சாயந்திரம் உன்னிடமிருந்து வாங்கிக்கொள்கிறேன்" என்றான் ஜார்ஜ்.

"ரொம்ப முக்கியமோ? அப்படி என்ன ரகசியம் அதற்குள்ளே?" கலகலவென்று சிரித்தாள்.

சுருக்கென்றது அவனுக்கு. கிஜிமா ஒருவேளை அந்த டயரியைப் பிரித்துப் பார்த்திருப்பாளோ? அவள் கைப்பையிலிருந்த சர்க்கார் ரகசியங்களைத் தன் டயரியில் எழுதி வைத்துக் கொண்டதைத் தெரிந்து கொண்டிருஷாளோ? இல்லையென்றால் இந்தச் சிரிப்புக்கு என்ன அர்த்தம்?"

"ஜார்ஜ்! கவலைப்படாதீங்க. உங்க டயரி ஐஸ்க்ரீம் பார்லரிலேயே நாம் சாப்பிட்ட டேபிள் மீதே கிடந்ததாம். அந்த பார்லர் மானேஜர் எனக்கு போன் பண்ணி "இங்கே ஒரு டயரி மேஜை மீது கிடக்கிறது! அது உன்னுடையதா?" என்று கேட்டார்.

"ஆமாம். என் நண்பர் ஜார்ஜ் என்பவர் மறந்து வைத்து விட்டிருக்கவேண்டும். அவர் வந்து கேட்டால் கொடுத்து விடுங்கள்'

என்று சொல்லியிருக்கிறேன். அவரும் 'சரி' என்று சொல்லியிருக்கிறார். கவலைப்படாதீர்கள். இது ஜப்பான். ஜப்பானியர் நேர்மையானவர்கள். யார் சொத்தையும் யாரும் தொடமாட்டார்கள். இன்னொருவர் டயரியைப் படித்துப் பார்க்க மாட்டார்கள்.

இப்போது அந்த டயரி பார்லர். மானேஜர் நிச்சிகாவா என்பவரிடம் உள்ளது. அவர் எனக்குத் தெரிந்தவர். நீங்கள் அங்கே போய் உங்கள் பெயரைச் சொன்னால் போதும், டயரியைக் கொடுத்து விடுவார்" என்றாள் கிஜிமா.

ஜார்ஜுக்குப் போன மூச்சு திரும்பி வந்தது. ''நல்ல வேளை! கிஜிமாவிடம் டயரி சிக்கவில்லை. அவளிடம் கிடைத் திருந்தால் என் திட்டங்களே நாசமாய்ப் போயிருக்கும்" என்று தனக்குள் ஆறுதலாய்ச் சொல்லிக்கொண்டான்.

டெலிபோன் மணி மீண்டும் ஒலிக்க பாரிஸிலிருந்து நண்பன் பென்னட் பேசினான்.

"ஜார்ஜ்! இன்றைய ஃப்ளைட்டில் இடம் கிடைக்கவில்லை. நாளை மாலை வருகிறேன். ஃப்ளைட் நம்பர் எழுதிக் கொள்!'' என்றான்.

அவசரமாய் ஷா மாட்டிக்கொண்டு லிஃப்ட் வாசலில் போய் நின்றவன் எதையோ மறுத்துவிட்டவன் போல் திரும்பி அறைக்கு விரைந்தான். மேஜை மீது விளக்கடியில் வைத்திருந்த பாஸ்போர்ட்டை எடுத்துக்கொண்டான். திரும்ப விஃப்டுக்குச் சென்று கீழே இறங்கி டாக்ஸி பிடித்து, கின்ஸாவிலுள்ள அந்த பார்லரை அடைந்து நிச்சிகாவாவைப் பார்த்து 'ஐ ஆம் ஜார்ஜ்!' என்றான்.

'ஹய்!' என்று வணங்கிய நிச்சிகாவா மேஜை டிராயரில் வைத்திருந்த அந்த டயரியை எடுத்துக் கொடுக்க, 'தாங்க்ஸ்!' என்று சொல்லிவிட்டு வேகமாய்த் திரும்பி நடந்தான் ஜார்ஜ்..

டயரியை ஓர் உறையில் போட்டு அதை ரப்பர் பாண்டினால் கட்டி வைத்திருந்தார் நிச்சிகாவா.

ஜார்ஜ் அந்த உறையைப் பிரித்தபோது அதிலிருந்து ஒரு விஸிட்டிங் கார்ட் கீழே விழுந்தது. 'இது ஏது? இந்தக் கார்டு என் டயரிக்குள்

எப்படி வந்தது? யார் வைத்திருப்பார்கள்?' என்று யோசித்தான். தன்னை யாராவது கவனிக்கிறார்களா என்று சுற்றுமுற்றும் பார்த்தான்.

'என்னை யாரோ கவனித்துக் கொண்டிருக்கிறார்கள். நிழல் போல் என்னைப் பின்தொடர்ந்து வருகிறார்கள். இந்த கார்டை என் டயரிக்குள் யார் எப்போது வைத்திருப்பார்கள்?' என்று குழம்பினான். அந்தக் கார்டில் ஒரு பெண்ணின் பெயர் இருந்தது. அவள் டெலிபோன் நம்பருடன் விலாசம் தந்திருந்தாள். பெயர் ஷாமா - சிச்சி.

5

''நாலு வீதிக்கும் பேர் வச்சிட்டாப் போதுமா? அங்கெல்லாம் தேர் சுத்தி வரவேணாமா? டர்னிங்ல தேரைத் திருப்பி விடணுமே; அதுக்கெல்லாம் என்ன ஐடியா வச்சிருக்கீங்க?" என்று விழா வேந்தன் முத்து கேட்க, "ஜப்பான்ல புல்லட் ரயில்களையே ரிமோட் கண்ட்ரோல்ல ஓட்றாங்க. தேரைத் திருப்பி விடறதுதானா பிரமாதம்!" என்றார் புள்ளி சுப்புடு.

"தேரோட்டத்தை நம் ஊர்ல எப்படி நடத்தறாங்களோ அந்த மாதிரியேதான் இங்கேயும் நடத்தணும். தெரு முனையில் திருப்பறதுகூட நம் ஊர் வழக்கப்படி தான் செய்யணும். முட்டுக்கட்டை, 'ஸ்டீல் ஷீட் ரீப்பர்' இந்த ரெண்டையும் உபயோகிச்சுதான் தேரை ஓட்டணும். சக்கரத்தின் கீழ் ரீப்பர்களை வெச்சு அந்த ரீப்பர்களுக்கு மேல விளக்கெண்ணெயை டின் டின்னா ஊற்றிவிட்டால் தேர்ச் சக்கரம் அதுல் வழுக்கிட்டுத் திரும்பற அழகே தனி! பரதநாட்டியம் ஆடற் பெண் மாதிரி அது அழகா ஆடிக்கிட்டே திரும்பறப்போ, அடாடா! கண்கொள்ளாக் காட்சியாயிருக்குமே! காணக் கண் கோடி வேணுமே!" என்றார் நன்னன்.

"அதுதான் இந்த விழாவுக்கே க்ளைமாக்ஸ்' என்றார் முத்து.

"டோக்கியோவில் எப்பவுமே தேர்த் திருவிழா கூட்டம் தான்! எங்க பார்த்தாலும் ஜன வெள்ளம்தான். போதாததற்கு வெளி நாட்டிலிருந்து வேற லட்சக்கணக்கான பேர் வரப் போறாங்க. கோடிக் கண்கள் என்ன? கோடானு கோடிக் கண்கள் இருக்கும்!" என்றார் புள்ளி சுப்புடு.

''முட்டுக்கட்டை போடறதுன்னா அதுக்கு என்ன அர்த்தம்? முட்டுக்கட்டை போட்டா தேர் ப்ரேக் போட்ட மாதிரி நின்னுடாதா?"

"முட்டுக்கட்டை தான் தேர் ஓடறதுக்கே ரொம்ப முக்கியம். அந்தக் கட்டைகளைச் சக்கரத்தின் கீழ் கொடுத்து தேரைக் கொஞ்சம் கொஞ்சமா திருப்பதே ஒரு கலை. முட்டுக்கட்டை இல்லேன்னா தேரே திரும்பாது" என்றார் முத்து.

"முட்டுக் கட்டை போடறதுக்கு யாராவது ஆள் வந்திருக்காங்களா? இல்லே, ஜப்பான்லயே யாரையாவது போடச் சொல்லலாமா?"

"தேர் திருப்பது ஒரு தனிக்கலை. அதுல எக்ஸ்பர்ட் ஆளெல்லாம் நம் ஊர்லதான் இருக்காங்க. அவங்களுக்கெல்லாம் கலைமாமணி பட்டமே கொடுக்கலாம். நாற்பது பேர் அதுக்குன்னு ஸ்பெஷலா வராங்க."

''காலையில நீங்க எங்க போயிருந்தீங்கம்மா? உங்களைக் காணமே!" மனோரமாவைப் பார்த்துக் கேட்டார் புள்ளி.

''நானும் கோமோச்சியும் கார்டன் பக்கமா 'வாக்' போயிருந்தோம். இந்த இம்பீரியல் பாலஸ் காம்பவுண்டுக்குள் இல்லாதது எதுவுமே இல்லை. பாங்க், கடைத்தெரு, தியேட்டர், ரெஸ்டாரண்ட், நீச்சல் குளம், கோயில். ஸஜன், லாண்ட்ரி, இடுகாடு எல்லாமே இருக்கு" என்றார் மனோரமா.

'நாங்க கின்ஸா பக்கம் நடந்தே போயிருந்தோம். மெட்ராஸ்க்கும் டோக்கியோவுக்கும் கொஞ்சம் தான் வித்தியாசம். இங்கே எருமை மாடு. சினிமா போஸ்டர். ஹாரன் சத்தம் இந்த முணும் கிடையாது. ஜனங்க நடுரோட்ல நடக்கறதில்லை. அவ்வளவுதான்" என்றார் நன்னன்.

''நம் ஊரில் ஹாரன் அடிச்சாக்கூட ஒதுங்க மாட்டாங்களே, எருமை மாடு மாதிரி நடுரோட்லயே நிப்பாங்களே!" என்றார் முத்து.

"எருமைப் பால் காப்பிதானே சாப்பிடறாங்க. அவங்க புத்தி வேற எப்படி இருக்கும்?" என்றார் நன்னன்.

அரண்மனை கிழக்கு வாசலில் ஷாமியானா போட்டதும் திருவிழாக் களை கட்டி விட்டது. வெளி ஆட்கள் யாரும் உள்ளே வராதபடி மைதானம் முழுவதையும் பட்டி போல் அடைத்து கயிறு வேலி போட்டுவிட்டார்கள். ஜப்பான் போலீஸார் அங்கங்கே ஒலிபெருக்கிக் குழாய்களைக் கையில் வைத்துக்கொண்டு வண்டிகள் போக்குவரத்தைக் கட்டுப்படுத்திக்கொண்டிருந்தார்கள்.

'I Speak English' என்ற எழுத்துக்களைச் சட்டையில். அணிந்திருந்த பெண் கய்டுகளைச் சுற்றி டூரிஸ்ட்டுகள் மொய்த்துக் கொண்டிருந்தனர்.

தண்ணீர் இறைக்கும் மோட்டார் வண்டிகள் தெருவெங்கும் கழுவி ஏற்கெனவே சுத்தமாயிருந்த வீதிகளை மேலும் சுத்தப் படுத்திவிட்டுப் போயின.

ரங்கோலி சாந்தா நாராயணன் குழுவினர் இரவெல்லாம் கண் விழித்து கிழக்கு வாசல் முழுதும் திருவாரூர்த் தேர், பூம்புகார், வள்ளுவர் கோட்டம், மாமல்லபுரம் கற்கோயில், நடராஜர், விநாயகர் உருவங்களைக் கோலச் சித்திரங்களாக வரைந்தபோது, டெலிவிஷன் காமிராக்களும் போட்டோகிராபர்களும் அந்தக் காட்சியைப் படமாக்கி ஒளிபரப்பிக் கொண் டிருந்தனர்.

"தேருக்கு நாலு பக்கங்களிலும் நாலு குறள்கள் எழுதி வைத்தால் ரொம்ப நன்னாயிருக்கும்" என்றார் முத்து.

"அந்த நாலு குறளையும் நன்னன் எழுதிக் கொடுத்தால், அது 'நன்னனா' யிருக்கும்" என்று ஜோக் அடித்தார் மனோரமா,

"உங்களுக்கு சிரமம் வைக்காமல் அந்த நாலு குறளையும் நான் கலைஞரிடமே எழுதி வாங்கிக்கொண்டு வந்துவிட்டேன்" என்று ஒரு ஆச்சரியத்தை உதிர்த்தார் கோபாலகிருஷ்ணன். "

"அப்படியா! பலே, பலே! அதைக் கொடுங்க இப்படி இப்பவே அந்த நாலையும் பெரிய எழுத்துக்களில் பானர் எழுதி தேரின் நாலு பக்கமும் கட்டிடுவோம்" என்றார் முத்து.

முதல்வர் கலைஞர் எழுதிக் கொடுத்த குறளை நன்னன் உரக்கப் படிக்க மற்றவர்கள் ஆவலோடு அவரைச் சூழ்ந்து நின்று கேட்டார்கள்.

அகர முதல எழுத்தெல்லாம்
ஆதி பகவன் முதற்றே உலகு...

எழுத்துக்கள் எல்லாம் அகரமாகிய அ எழுத்தைத் தமக்கு முதலாக உடையன. அதுபோல் உலகம் ஆதியாகிய பகவனைத் தனக்கு முதலாக உடைத்து.

உருவகண்டு எள்ளாமை வேண்டும்; உருள்பெருந் தேர்க்கு அச்சாணி அன்னார் உடைத்து.

உருளுகின்ற பெரிய தேருக்கு அச்சில் அமைந்து தாங்கும் சிறு ஆணி போன்ற வினைத் திட்பம் உடையாரும் உலகத்தில் உள்ளனர். அதனால் அச்சாணி போன்ற அவர்களின் உருவச் சிறுமையைக் கண்டு இகழாதிருக்கக் கடவர்.

கடலோடா கால்வல் நெடுந்தேர் ; கடலோடும்
நாவாயும் ஓடா நிலத்து.

நிலத்தில் ஓடும் வலிமை பொருந்திய உருளைகளை உடைய பெரிய தேர்கள் கடலில் ஓடமாட்டா. அக்கடலில் ஓடும் மரக்கலங்களும் நிலத்தில் ஓடமாட்டா.

தேரான் தெளிவும், தெளிந்தான்கண் ஐயுறவும்
தீரா இடும்பை தரும்.

ஆராயாமல் ஒருவனைத் தெளிதலும், ஆராய்ந்து தெளிந்தவனிடம் ஐயங்கொள்ளுதலும் நீங்காத துன்பத்தைக் கொடுக்கும்.

"அருமை, அருமை! நாலும் நாலு மணியான குறள்கள். இதில் வேடிக்கை என்னவென்றால் அவற்றில் இரண்டு குறள்கள் தேர் சம்பந்தப்பட்டதாகவே அமைந்துவிட்டதுதான்! ஓய்வின்றி உழைக்கும் கலைஞருக்கு எங்க தான் நேரம் கிடைக்கிறதோ, இதெல்லாம் எழுதித் தர?" என்று வியப்பிலாழ்ந்தார் நன்னன்.

'கலைஞர் எப்போது வருகிறாராம்?" முத்து கேட்டார்.

"டிசம்பரில் மலேசியாவில் உலகத் தமிழர் மாநாடு நடக்கிறது. ஒருவேளை அங்கே போய்விட்டு அப்படியே ஜப்பான் வரக்கூடும்" என்றார் கோபாலகிருஷ்ணன்.

"வள்ளுவருக்கு அவரைப் போல பெருமை சேர்த்தவங்க வேறு யாரும் இல்லை.
குறளோவியம், வள்ளுவர் கோட்டம் இந்த ரெண்டு போதுமே!" என்றார் நன்னன்.

"இந்த விழாவுக்கு வள்ளுவர் எவ்வளவு முக்கியமோ, அவ்வளவு முக்கியம் கலைஞரும். நான் நேரிலேயே போய் அழைத்துவிட்டு

வந்திருக்கிறேன். இதற்குள் ஜப்பான் அரசிட மிருந்தும் அழைப்பு போயிருக்கும்" என்றார் கோபாலகிருஷ்ணன்.

"பாரதப் பிரதமர் யாருங்கறதுதான் முடிவாயிட்டு தே. சந்திரசேகர் வருவாரா?'' நன்னன் கேட்டார்.

''ராஜீவ் காந்தியைத்தான் கேட்கணும். இந்த ஆட்சிக்கு அவர்தானே ரிமோட் கண்ட்ரோல்'' என்றார் புள்ளி சுப்புடு.

"நல்ல தமிழ்ப் பேச்சு கேட்டு ரொம்ப நாளாச்சு. தேரோட்டத்தைத் தொடங்கி வைத்து கலைஞர் பேசப்போவதைக் கேட்க எல்லோரும் ஆவலாயிருக்காங்க."

''பேஷ், பேஷ்! கலைஞரின் தமிழ் முழக்கம் கின்ஸா தெருவெல்லாம் கேட்கப் போகுதுன்னு சொல்லுங்க!" என்றார் கணபதி ஸ்தபதி.

''கின்ஸா தெருக்களெல்லாம்னு சொல்லுங்க. கின்ஸா என்கிற பெயரில் மொத்தம் 236 தெருக்கள் இருக்கின்றன" என்று புள்ளி விவரம் தந்தார் சுப்புடு.

''ஷாமியானாவும் போட்டாச்சு. தேர் வேலையும் அநேகம். முடிஞ்ச மாதிரிதான்.
கொடியேற்றத்துக்குத்தான் நாள் குறிப் பிடணும். அதுக்காகத்தான் வெயிட் பண்றோம்" என்று காரியதரிசி யோஷினாரியிடம் சொன்னார் கோபாலகிருஷ்ணன்.

"இந்த வாரம் சக்ரவர்த்தி முடிசூட்டு விழா நடக்குது எல்லா நாடுகளிலிருந்தும் பெரிய பெரிய தலைகளெல்லாம் வராங்க. ஜப்பான்லயே இந்த மாதிரி ஒரு விழா நடந்ததில்லை என்று சொல்லும் அளவுக்கு அமையணும் என்பது எங்கள் அவா. உங்க பிரஸிடெண்ட்கூட வராரே! முடிசூட்டு விழா முடிஞ்சதும் அடுத்த வாரமே கொடியேற்று விழாவை நடத்திடலாம்" என்றார் யோஷினாரி.

பழம் நழுவி பாலில் விழுந்த மாதிரி இருக்கு எங்களுக்கு. தேரோட்டம் நடத்த வந்த இடத்துல முடிசூட்டு விழாவும் பார்க்கப் போறமே" என்றார் மனோரமா.

மறுநாள் காலை கிஜிமா போனில் கூப்பிட்டாள் :

"ஜார்ஜ்! பார்லரிலிருந்து டயரியை வாங்கிக் கொண்டு விட்டீர்களா? சந்தோஷம்தானே! இந்த நாட்டில் எந்தப் பொருளும் தொலைந்து போகாது. தொலைந்தாலும் கிடைத்து விடும். ரொம்ப நேர்மையான தேசம்" என்றாள்.

"இப்போதுதான் நிம்மதி ஆச்சு!" என்றான் ஜார்ஜ்.

"பாரிஸிலிருந்து உங்கள் நண்பர் யாரோ வரப்போவதாகச் சொன்னீர்களே, வந்துவிட்டாரா?"

"இன்று வருவதாகச் சொல்லியிருந்தான். ஃப்ளைட்டில் இடமில்லை என்பதால் நாளை வருகிறானாம். நாம் இன்று. உயினோ மியூஸியம் பார்க்கப் போகலாமா?"

"அங்கே அப்படி என்ன பார்க்கப் போகிறீர்கள்? ரொம்பப் பெரிய தோட்டம். மூன்று நாள் தேவைப்படும்."

"ஜப்பானில் அவசியம் பார்க்க வேண்டிய இடமாம் அது. ஐ மஸ்ட் என்று நண்பன் கட்டளையிட்டிருக்கிறான். நாளை அவன் வந்ததும் முதல் கேள்வியாக உயினோ பார்த்தாயா?' என்றுதான் கேட்பான்."

"அவர் உங்கள் நண்பரா அல்லது அதிகாரியா, உத்தரவு போடுவதற்கு? அது சரி; உயினோ ரொம்ப முக்கியமோ?'

"ஆமாம். அங்கே இந்தியத் தேர் ஒன்று நிறுத்தி வைக்கப் பட்டுள்ளதாம். அதை நான் பார்த்தாக வேண்டுமாம்."

"அந்தத் தேரை ஜோடித்து இம்பீரியல் பாலஸ் அருகே கொண்டு போகப் போகிறார்கள். ஜப்பான் சக்ரவர்த்தி தேரோட்டம் பார்க்க மிகவும் ஆர்வமாயிருக்கிறார். இதற்காக இந்த அரசு எல்லா ஏற்பாடுகளையும் கவனித்து வருகிறது. டயட் பில்டிங்கில் ஒரு தனி லெக்ஷனே மும்முரமாய் வேலை செய்கிறது. வெளி நாடுகளுக்குக் கடிதங்களும், டெலக்ஸ் செய்திகளும் பறந்து கொண்டிருக்கின்றன" என்றாள் கிஜிமா.

"எனக்கு இன்றே அந்தத் தேரைப் பார்த்துவிட வேண்டும். நீயும் என்னோடு வா!" என்றாள் ஜார்ஜ்.

வழக்கம்போல் ஸனாய் பில்டிங் வாசலில் சந்தித்தார்கள். அங்கிருந்து ஸப்வேயில் இறங்கி ரயில் பிடித்து உயினோ போய்ச் சேர்ந்தார்கள். அங்கே தேரையும் தேர்ச் சக்கரங்களையும் ஜார்ஜ் உன்னிப்பாய் கவனித்துப் பார்த்த செய்தி பழைய கதை.

அன்று ஜார்ஜ், ஓட்டலுக்குத் திரும்பியதும் 'அந்த விஸிடிங் கார்டை தன் டயரிக்குள் யார் வைத்திருப்பார்கள்?' என்று மண்டையைக் குழப்பிக் கொண்டான் : அந்த மர்மம் அவனை இரவு முழுதும் தூங்கவிடவில்லை. அந்த விஸிடிங் கார்டில் இருந்த டெலிபோன் நம்பருக்குப் போன் செய்ய நினைத்தான். ரிஸீவரை எடுத்தான். சற்று யோசித்துவிட்டு மறுபடியும் வைத்துவிட்டான். 'பென்னட் வரட்டும். அவன் யோசனைப்படி செய்யலாம்' என்று தீர்மானித்தான்.

6

"காமத்துப்பாலில் ஒரு சுவாரசியமான குறளைச் சொல்லி அதுக்கு அர்த்தம் சொல்ல முடியுமா?" - திருக்குறள் ஷோஜோவிடம் கேட்டார் புள்ளி.

"வெல்லப் பிள்ளையாரில் எல்லாப் பக்கமும் தான் இனிக் கும். அது போல எல்லாக் குறளுமே சுவாரசியம் தான். ஒரு குறள் சொல்றேன், கேளுங்க."

தாம் வீழ்வார் மென் றோட்டுயிலி னினிது கொ
றாமரைக் கண்ணானுலகு.

"இதுக்கு என்ன அர்த்தங்க?" - புள்ளி கேட்டார்.

''தாம் காதலிக்கின்ற பெண்ணின் மிருதுவான தோள்களைத் தழுவிக்கொண்டு படுத்திருப்பதைவிடத் தாமரைக் கண்ணனாகிய திருமால் உலகம் இன்பமுள்ளதா என்ன? --- என்று அர்த்தம்."

"வள்ளுவர் நல்லாத்தான் அனுபவிச்சு சொல்லியிருக்கார்!" என்று பெருமூச்சு விட்டார் புள்ளி சுப்புடு.

''ஐயனே, பெருமூச்சு விடறீங்களே, என்ன விஷயம்? இல்லக்கிழத்தியின் ஞாபகம் வந்துட்டுதோ?' என்று கேலியாய்க் கேட்டார் ஷோஜோ.

''என்னுடைய வீட்டுக்காரி இல்லக்கிழத்தி அல்ல ஐயா! அவள் இல்லக்கிழவி" என்று குறைப்பட்டுக் கொண்டார் புள்ளி.

"தாங்கள் மட்டும் வாலிபர் என்கிற நினைப்போ ?"

"எனக்கு வயசு இருபத்தஞ்சுதானே!"

''எவ்வளவு சொன்னீங்க?"

''இரட்டையால் இருபத்தஞ்சு!" என்று சமாளித்தார் புள்ளி.

''உங்க வயசையே புள்ளிக் கணக்கில் புதிர் போடறிங் களா" என்று சிரித்தார் ஷோஜோ.

''கொடியேற்று விழா அடுத்த வாரம்தானே? அது வரைக்கும் இங்கே என்ன செய்யப் போறோம்? ஹகோனே வேக் பக்கம் போயிட்டு வந்துரலாமா? அங்கே எல்லா ஓட்டலிலும் மஸாஜ் செய்வாங்களாமே! ஹாட் ஸ்ப்ரிங் பாத் இருக்காம். ஆண் பெண் வித்தியாசம் இல்லாமல் எல்லாரும் நிர்வாணமாத் தண்ணியில் இறங்கிக் குளிப்பாங்களாம். அந்த இடத்துக்கு காமன் பாத்னு பேராம்!''

''ஆமாம் ; காமன் கணை வீசற இடமாச்சே அது! பொருத்தமான பேர்தான்! நீர் அங்கே கூச்சமில்லாமல் குளிப்பீரா? வெட்கப்பட மாட்டீரே!'' ஷோஜோ கேட்டார்.

'கோவணம் கட்டாதவங்க ஊரில் கோவணம் கட்டியவன் பைத்தியக்காரன். வெட்கப்பட்ட முடியுமா?"

"ரொம்பத்தான் துணிச்சல் ஐயா உமக்கு" என்றார் ஷோ ஜோ.

''இது துணிச்சல் இல்லேய்யா! துணியிலாச் செயல்! புத்தரே நிர்வாண நிலையில் இருந்திருக்கிறார் என்று சொல்வாங்களே புத்தருக்கில்லாத வெட்கமா நமக்கு!"

''அர்த்தத்தை அனர்த்தமாக்காதீங்க. புத்தரின் நிர்வாண நிலை என்பதற்கு அர்த்தமே வேறு. நீர் நினைக்கிற மாதிரி Naked நிலையல்ல!" என்றார் ஷோஜோ.

"அப்படியா! கர்நாடகாவில் சரவணபெலகுலாங்கற இடத்துல கோமதீசுவரர் சிலை பார்த்திருக்கீங்களா, உயரமா நிப்பாரே. அவர்கூட நிர்வாணமாத்தான் நிக்கறார்! அந்த மாதிரி புத்தரும் எங்கயாவது நிர்வாண நிலையில் நிக்கறாரான்னு நினைச்சேன்!" என்றார் புள்ளி.

"சரி, புறப்படுங்க. ஹகோனே பார்த்துட்டு வந்துரலாம்" என்றார் ஷோஜோ.

இருவரும் புல்லட் ரயிலில் பயணமாகி ஓடாவாரா ஸ்டேஷனில் இறங்கி, டாக்ஸி பிடித்து ஒரு பெரிய ஓட்டல் வாசல் முன் போய் நின்றபோது இரவு மணி எட்டு. அங்கே கிமோனோ உடையணிந்த பணிப்பெண் ஒருத்தி இவர்களை அழைத்துச் சென்று பின் பக்கமாக ஒரு பெரிய அறைக்குள் கொண்டு விட்டாள். அந்த அறைக்கு அருகில் தான் காமன் பாத் இருந்தது. டூரிஸ்ட்டுகள் கூட்டம் கூட்டமாக ஆடைகளைக் களைந்துவிட்டு அரை நிர்வாணம், முக்கால் நிர்வாணம் முழு நிர்வாணமாய்க் குறுக்கும் கெடுக்கும் அலைந்து கொண்டிருந்தார்கள்.

ஷோஜோ புள்ளியைப் பார்த்து அர்த்தபுஷ்டியாக ஒரு புன் சிரிப்பை உதிர்த்தார். அவர் தங்கப்பல் கட்டியிருந்ததால் அதைப் பொன் சிரிப்பு என்றும் சொல்லலாம்

"என்ன சிரிக்கிறீங்க?" என்று கேட்டார் புள்ளி.

"பொதுக் குளியல் இடத்துக்குப் போயிட்டா இந்த ஜட்டியைக் கூட எடுத்துருவாங்க. சர்வம் முழு நிர்வாண மயம்தான் உமக்கு தைரியம் இருக்கா?" என்று கேட்டார் ஷோஜோ.

"தைரியம் எனக்கு வேணாம்யா. பாக்கறவங்களுக்குத்தான் வேணும்!" என்றார் புள்ளி.

"சரி; முதல்ல ரூமுக்குள்ளயே ஒரு குளியல் போட்டு உடம்பை சுத்தப்படுத்திக்குங்க. அப்புறம் மஸாஜ் அப்புறம் ஸ்டிம்பாத். கடைசியாத்தான் பொதுக் குளியல். இதோ போய் மஸாஜாக்கு ஆள்

அழைச்சிட்டு வந்துடறேன்' என்று சொல்லிப் புறப்பட்டார் ஷோ ஜோ.

"மஸாஜாக்கு யார் வராங்க? ஆணா, பெண்ணா ?"

"உங்களுக்கு யார் வேணும்?"

"ஆம்பளையாப் பார்த்து அழைச்சிட்டு வாங்க ; என் மனைவியைத் தவிர என்னை வேற எந்தப் பொண்ணும் தொட்டதில்லே."

"அப்படின்னா நீங்க அறையிலயே இருங்க. இதோ அழைச்சிட்டு வந்துடறேன்!"
ரிஸப்ஷன் கௌணட்டருக்குப் போனார் ஷோ ஜோ.

அங்கே கொழுக்கட்டை கொழுக்கட்டையாய் மஸாஜ் பெண்கள் உட்கார்ந்-திருந்தார்கள். அவர்களில் ஒருத்தி பெண் மாதிரியும் இருந்தாள். ஆண் மாதிரியும் இருந்தாள். ஷோஜோ அவளைத் தேர்ந்தெடுத்து புள்ளி தங்கியிருந்த அறைக்கு அழைத்துப் போய் 'இதோ மஸாஜுக்கு ஆள் வந்திருக்கும் என்றார்.

"வந்திருக்குன்னா என்ன அர்த்தம் வந்திருக்கானா? அல்லது வந்திருக்காளா? இந்த ஜப்பானில் யாரைப் பார்த்தாலும் ஒரே மாதிரி இருக்காங்க. ஆண் பெண் வித்தியாசமே தெரியலே ! இது ஆணா, பெண்ணா?'' என்று கேட்டார் புள்ளி

'ஆண் தான்; பார்த்தால் தெரியலையா?' என்று கேட்டு விட்டு வெளியேறிவிட்டார் ஷோ ஜோ.

அந்தப் பெண் உள்பக்கம் கதவைச் சாத்திக் கொண்டாள். முதலில் புள்ளியைத் தலைகுப்புறக் கவிழ்ந்து படுக்கச் சொன்னாள். பிறகு அவரது உடைகளை ஒவ்வொன்றாய் உரித்தெடுத்து முதுகையும் தோள்களையும் இதமாகவும் இறுக்க மாகவும் பிடித்துவிட்டாள்.

அடுத்து, உடம்பு முழுதும் தைலம் தடவி அப்பளமாவைப் பிசைவது போல் பிசைந்து பிடரி நரம்புகளைச் சுண்டி விட்டுக் கடைசியாக முதுகு முழுதும் பரவலாக 'கும்' 'கும்' என்று தபால் முத்திரை குத்துவது போல் குத்தினாள்.

''அம்மாடா என்ன சுகம்!" என்று வாய்விட்டுச் சொல்லிக் கொண்டிருந்த போது இன்னொரு 'கும்' விழுந்தது!

புள்ளிக்குச் சந்தேகமாயிருந்தது. 'ஒரு பெண்ணின் கை போல் மிருதுவாக இருக்கிறது. அதே சமயம், குத்து விழும் வேகத்தைப் பார்த்தால் ஒரு ஆண் போலவும் இருக்கிறது' என்று எண்ணியவர் மெதுவாக ஓரக் கண்ணால் மார்பை கவனித்தார்.

அவ்வளவு எடுப்பாக இல்லை. ஆண் போலவும் இருந்தது. பெண் போலவும் இருந்தது. காதில், முக்கில் கழுத்தில் எந்த அணிகலனும் இல்லை. அரை நிஜாரும் கலர் சட்டையும் அணிந் திருந்ததால், அது இருபாலாருக்கும் பொதுவான டிரஸ் என்பதால் நிச்சயப்படுத்த முடியவில்லை. புள்ளி குழம்பிப் போனார். குப்புறப் படுத்திருந்த புள்ளியின் ஜட்டியைக் கொஞ்சம் கொஞ்ச மாய் விலக்கி தைலம் பூசித் தேய்த்து விட்டாள் அந்த மஸாஜ் பெண். கூச்சத்தில் புள்ளி நெளிந்தார்.

'உன் பேர் என்ன?' என்று கேட்டார்.

"அயோகா!"

'ஆண் பேராய்த்தான் இருக்கணும். காவில் முடிகிறதே? பெண் பேராயிருந்தால் அயோகி என்று கியில் முடியுமே!'

மஸாஜ் முடிந்ததும் , அந்தப் பெண் கையைக் கழுவிக் கொண்டு நீங்கள் எழுந்து ஸ்டீம் பாத்துக்குப் போகலாம். ஸ்டீம் பாத், ரொம்ப சூடாக இருக்கும். ஜாக்கிரதை!" என்று எச்சரித்துவிட்டுப் போனாள்.

புள்ளி வெளியே எட்டிப் பார்த்தபோது ஷோஜோ - குறும்பாகச் சிரித்தபடி மஸாஜ் எப்படி?' என்று கேட்டார்.

''பிரமாதம்!" என்றார் புள்ளி.

''இப்ப வந்தது யார் தெரியுமா?'' என்று கேட்ட ஷோஜோ பலமாகச் சிரித்தபோதுதான் புள்ளிக்குப் புரிந்தது.

"ஐயையோ! வந்தவள் பெண்ணா ? என் மானமே போச்சு. நினைச்சாலே வெட்கமாயிருக்கு? ஆண் என்று பொய் சொல்லி என்னை ஏமாத்திட்டீங்களே ஜட்டியெல்லாம் கழட்டி என்னைப்

பிறந்த மேனிக்குத் தோல் உரிக்கிற மாதிரி உரிச்சு, சீ வெட்கம், வெட்கம்!" என்று தலையிலடித்துக்கொண்டார்.

''சரி, இப்ப அந்த மேனியோடயே ஸ்டீம் பாத்ல குளிச்சுட்டு வாங்க. நான் வெளியே இலௌஞ்சில் போய் உட்கார்ந்திருக்கிறேன்" என்று சொல்லிவிட்டுப் போனார் ஷோஜோ.

ஸ்டம் பாத்துக்குப் போகுமுன் குளிர்சாதனப் பெட்டியைத் திறந்து அதிலிருந்த 'ஸண்ட்டோரி' விஸ்கியை எடுத்துக் குடிக்கத் தொடங்கிய புள்ளி மேலும் மேலும் குடித்துக்கொண்டே இருந்தார்.

"ஆனந்தம்; இதுதான் சொர்க்கம்!" என்று எண்ணிக் கொண்டார்.

அரைமணி நேரத்துக்குப் பிறகு பாத்ரூமுக்குள் போய் வெந்நீர்த் தொட்டியில் இறங்கினார். வெந்நீர் ரொம்ப சூடாக இருந்ததால் மல்லாந்து படுத்த போது வயிற்றிலிருந்த விஸ்கியின் வேகம் அதிகரித்தது. அந்த மயக்கத்தில் புள்ளியார் சுய நிலையை இழந்து தண்ணீரில் மூழ்கித் திணறினார். அவர் பாத்ருமுக்குள் போனதுமே பணிப் பெண்கள் அடிக்கடி வந்து எட்டிப் பார்த்துக் கொண்டிருந்தனர். டூரிஸ்ட்டுகள் குடித்துவிட்டு இம்மாதிரி தொட்டியில் மூழ்கிப் போவதும், அவர்களைத் தூக்கி வெளியே போட்டுக் காப்பாற்றுவதும் அந்த ஓட்டலுக்குப் புதிதல்ல.

புள்ளியார் மூச்சுத் திணறிக்கொண்டிருக்கிறார் என்று தெரிந்ததுதான் தாமதம், ஏழெட்டுப் பெண்கள் வேகமாய் உள்ளே ஓடி அவரைத் தூக்கி வந்து படுக்கையில் கிடத்தினர். ஜடாயுவைப் போல் இரண்டு கைகளையும் விரித்தபடி மல்லாந்து கிடந்த புள்ளியின் வயிற்றை அவர்கள் கைகளால் அமுக்கி விஸ்கியை வெளிப்படுத்தினர். ஒருத்தி உடம்பைத் துடைத்து விட, இன்னொருத்தி விசிறியால் விசிற புள்ளியார் மெதுவாய்க் கண் விழித்துப் பார்த்தார். சுற்றிலும் பெண்கள் கூட்டமாய்ச் சூழ்ந்து கொண்டு நிற்பதைக் கண்டதும் முதலில் ஜட்டி இருக்கிறதா என்று தொட்டுப் பார்த்துக் கொண்டார். நல்லவேளை , இருந்தது!

இதற்குள் ஷேரஜோ மெதுவாக எட்டிப் பார்த்து ''என்ன ஆச்சு?' என்று கேட்டார்.

"ஸ்டீம் பாத் எடுக்கத் தொட்டியில் இறங்கினேன் ! அதுதான் எனக்குத் தெரியும். அப்புறம் நடந்தது எதுவும் தெரியாது' என்றார் புள்ளி.

"குளிக்கப் போகுமுன் விஸ்கி குடித்தீரா?" "ஆமாம்; அதனால் என்ன?

"அப்ப சரிதான்; விஸ்கியும் வெந்நீரும் நல்ல காம்பினேஷன் ரெண்டும் கைகோத்துக்கிட்டு வேலை செஞ்சிருக்கு. நல்ல வேளை ! இவர்கள் வந்து பார்த்தாங்களோ , பிழைச்சீங்களோ! பெண்டாட்டியைத் தவிர வேறு யாருமே உம்மைத் தொட்டதில்லை என்று பெருமையாச் சொல்லிக் கொண்டீரே! பார்த்தீரா இப்ப உம்ம பெண்டாட்டியைத் தவிர எல்லாப் பெண்களும் தொட்டு உபசரிச்சுக்கிட்டிருக்காங்க!" என்று கேலியாகச் சிரித்தார் ஷோ ஜோ.

ஜார்ஜ் அறைக்குத் திரும்பியபோது பென்னட் வெளியே புறப்படத் தயாராக இருந்தான்.

''என்ன பாஸ்? எதாவது திட்டமா?" என்று வார்த்தையை முடிப்பதற்குள் கிளம்பு" என்று அவசர உத்தரவு பிறந்தது, நூறு மிளகாய் காரத்தில்.

இருவரும் தெருவில் நடந்து ஸப்வேயில் இறங்கினார்கள்.

மாலை மயக்கத்தில் கின்ஸா மின்சாரப் பூக்களை மெள்ளப் பூத்துக் கொண்டிருந்தது.
ஸோனி பில்டிங் அருகில், கிளைத் தெரு ஒன்றில் நுழைந்ததும், சின்ன பார்க் தெரிந்தது. அங்கே சிமெண்ட் பெஞ்சு மேல் இருவரும் அமர்ந்தார்கள்.

வழியில் ரகசியக் குழு ஆசாமி ஒருவன் பங்க் கடைப் பெண்ணிடம் சுவாரசியமாகப் பேசிக் கொண்டிருந்தான். பென்னட்டைப் பார்த்ததும் சர்வ அவயவமும் ஒடுங்கி வெல வெலப்பது தெரிந்தது.

"பாஸ்டர்ட்ஸ்! தினம் செக் பண்ணினாத்தான் சொன்ன இடத்திலே நிப்பாங்க! இல்லாட்டி பெண்ணுங்ககிட்டே இளிக்கப் போயிடறாங்க!" என்றான் பென்னட் ஆகாயத்தைப் பார்த்து.

அவன் சொன்னது அவனது இதர வேவு சகாக்களைப் பற்றி என்று ஜார்ஜ் புரிந்து கொண்டான்.

பிறகு ஜார்ஜை நோக்கித் திரும்பி "ஆமாம்! நீ மட்டும் என்ன வாழ்ந்தது. டயரியிலே ஒரு குறிப்பை விட்டிருக்கியே!" என்றான்.

"இல்லையே பாஸ்!" என்றான் ஜார்ஜ் கை உதறிக் கொண்டு.

"நேத்து நீ கின்ஸா பக்கம் போனயா, இல்லையா?''

செவிட்டில் அறைவது போலக் கேள்வி. தடுமாறினான் ஜார்ஜ். ''பென்னட்டுக்கு அந்த விஷயம் எப்படித் தெரிந்தது?'' என்று யோசித்தான்.

"ஏன் முழிக்கிறே! உண்மையா, இல்லையா? டயரியிலே ஏன் எழுதலே?"

"அதைப் பெரிய விஷயமா நினைக்கலே...."

"தெருவிலே காலை வச்சா, அது என்ன காரியமானாலும் டயரியிலே குறிச்சாகணும்! தெரியுமில்லையா? உங்களுக்கு எத்தனை வாட்டி சொல்றது? உங்க மூவ்மெண்ட்ஸை விவரமா எழுதி வெச்சாத்தானே நாளைக்கு ஏதாவது நடந்து போச்சுன்னா நீங்க எங்கெங்கே போயிருந்தீங்கன்னு கண்டுபிடிக்க உதவும்?"

"மன்னிச்சுடுங்க! இனிமே இந்தத் தவறு நடக்காம பார்த்துக்கறேன்."

"இதோ பாரு ! இனிமே மன்னிப்பு இல்லை ! ஐ வில் கில் யு! நீ இருக்கிறது இரகசியப் படை! தெரிஞ்சுதா?".

வார்த்தை சூடாக வீசி அடிக்க, ஜார்ஜ் நடுங்கிப்போனான்.

ரகசியக் குழுவில் சற்று ஏறுமாறாக இருந்தவர்கள் திடீரென்று காணாமல் போயிருக்கிறார்கள். அவர்களெல்லாம் கொல்லப்பட்டிருக்கிறார்கள் என்பது ஜார்ஜூக்குத் தெரியும்.

கண்கள் கலங்க "இனிமே எந்தத் தவறும் பண்ண மாட்டேன், பாஸ்!" என்றான் நடுக்கத்தோடு.

"சரி! அந்த டயரியிலே விசிடிங் கார்ட் இருந்ததே, அது யாருடையது?"

"எனக்குத் தெரியாது பாஸ்!"

"ஜார்ஜ்! விளையாடாதே! இது நெருப்பு விளையாட்டு. அந்தப் பெண்ணோட உனக்கு இதுக்கு முன்னாடி தொடர்பு உண்டா?"

"சத்தியமாக் கிடையாது!"

"அதை யாராவது படிச்சிருப்பாங்கன்னு உனக்குத் தோணலையா?"

"இல்லை ; யாரும் படிக்கலை!"

"ரெஸ்டாரண்ட் ஆசாமி அதை எடுத்து வச்சிருந்தானே? அவன் படிச்சிருக்க மாட்டாங்கறது என்ன நிச்சயம்?"

"நிச்சயமாக இல்லை! கிஜிமா சொன்னா அவனுக்கு இங்கிலீஷ் தெரியாதுன்னு..."

"சரி! அந்த விசிடிங் கார்ட் எப்படி உன் டயரிக்குள் வந்தது?"

"அதைத்தான் என்னால் புரிஞ்சுக்க முடியலை!"

"அப்போ வேற யாரோ உன் டயரியைப் பிரிச்சிருக்கணும்."

பதில் இல்லை.

"ஓடனே கிளம்பு! அந்த விஸிட்டிங் கார்டை யார் எதுக்காக வெச்சாங்கன்னு கண்டுபிடிக்க வேண்டியது உன் பொறுப்பு. எங்கே, உன் திறமையைப் பார்க்கலாம்! போ..."

இருவரும் ஸிக்னலுக்காகக் காத்திருந்து குறுக்கே நடந்து எதிர் சாரிக்குப் போனார்கள்.

"அதோ பார்! படி ஏறுகிறானே அவன் தானே அந்த ரெஸ்டாரண்ட் ஆள்? ஏற்கெனவே இவனை நான் பார்த்து வச்சிருக்கேன்! ஞாபகம் வச்சுக்க. இவன் ஒரு ஹைகிளாஸ் பெண் வியாபாரத்திலே இருக்கிறவன்!" என்றான் பென்னட்.

ஜார்ஜ் ஆச்சரியப்பட்டான். 'இந்த பென்னட் எமகாதகன்! எத்தனை விவரங்கள் தெரிந்து வைத்திருக்கிறான்!' என்று வியந்தான்.

"ரொம்ப ரகசியமா செய்யறான். நீ நேராகப் போ! அவனிடம் பேச்சுக் கொடு... விசிடிங் கார்டைப் பற்றின ரகசியத்தைக் கண்டுபிடி.'

ஜார்ஜ் மேலே போய் விசாரித்தான்.

"என் ரெஸ்டாரண்ட்டுக்கு எத்தனையோ ஆளுங்க வராங்க, போறாங்க. அந்த விசிடிங் கார்டை யார் எப்போ வச்சாங்கன்னு எனக்கு எப்படித் தெரியும்?" என்று ஒரே போடாகப் போட்டான் அந்த ஆசாமி.

சாலையில் வந்ததும் இரண்டு பக்கமும் பார்த்தான். பென்னட் மறைந்துவிட்டான். இனி என்ன செய்ய?

டாக்ஸியைக் கைகாட்டி அழைத்து "நகானோ' என்றான் ஜார்ஜ்.

கார் ஐம்பது மைலில் தாவல்!
எலெக்ட்ரானிக் மீட்டரில் யெ (எ)ன் (ண்)கள் ஏறிக் கொண்டே போயின.

நகானோவில் அழகான வீட்டுப்புறங்கள் நிறைந்த ஓரிடத் தில் போய் நின்றது கார்.

டாக்சியை வழி அனுப்பிவிட்டு, நம்பர் சரிதானா என்று பார்த்து, அந்த ஜப்பானிய வீட்டில் ஏறி மணியை அழுத்தினான்.

கதவு மெள்ளமாகத் திறக்க, ஒரு புன்னகைப் பெண் அவனைத் தன் சிறு விழிகளால் பார்த்தாள்.

"நீங்கதானே ஷாமாசிச்சி!" விசிடிங் கார்டைப் பார்த்தபடி கேட்டான்.

அவளுக்குப் புரிந்துவிட்டது. ''வாங்க, வாங்க'' என்று உள்ளே அழைத்தாள். உயரமாக இருந்தாள். முகத்தில் வரி தெரிய, பெரிசு பெரிசாகப் புன்னகை பூத்தாள்.

ஜப்பானிய பாணியில் ஹால், கும்ம்ம் என்று மாய வாசனை! சுவரில் 'கல்கி' ஓவியங்கள்! கீழே சுத்தமான டொமி நெடுகிலும் வியாபித்திருந்தது.

சின்ன பிரம்பு நாற்காலி ஒன்றில் அவன் உட்கார்ந்து கொள்ள, அவள் எதிரே மண்டியிட்டு உட்கார்ந்தாள்.

"உங்களுக்கு என்ன வேணும்?"

''என் டயரியை ஐஸ்கிரீம் பார்லரில் மறந்துவிட்டு போயிட்டேன். நீங்க இந்தக் கார்டை அதிலே வச்சீங்களா?" என்று அந்தக் கார்டைக் காண்பித்தான்.

''ஓ மை காட். இது எப்படி அதில் வந்தது?" என்றாள். அவள் ஆச்சரியக் குரலில்.

''உங்களுக்குத் தெரியாதா? நான் உங்களை அந்த பார்லரில் பார்த்தேனே! பின் வரிசையிலே இருந்தீங்களே!" என்றான்.

"ஓ!" என்று அவளும் நினைவு கூர்வது போல் நெற்றியைச் செல்லமாகத் தட்டிக் கொண்டு உங்களைப் பார்த்த நினைவு இருக்கு! உங்க பக்கத்து மேஜையிலே தான் என் சிநேகிதி உட்கார்ந்திருந்தாள்" என்றான்.

''அதுவும் எனக்குத் தெரியும். அப்போதான் நான் எழுந்து வெளியே போனேன்! டயரி மறந்துவிட்டது."

"உங்க டயரியை நான் கவனிக்கவில்லை."

‘‘நிச்சயமா?’’

‘‘ நிச்ச யம்..."

‘‘அப்ப நான் வரேன்..." என்று எழுந்தான்.

''மிஸ்டர் ஜார்ஜ்! உடனே எழுந்து போறீங்களே! ஒரு டீ சாப்பிட்டுப் போகக் கூடாதா இருங்க, ஒரு ஜப்பானிய டீ சாப்பிடுங்க!" என்று அவனை மடக்கி உட்கார வைத்தாள்.

ஒரு டம்ளரில் 'ஸாகே' எடுத்து வந்து வைத்தாள்.

மனசில் அவனுக்கு அடிக்கடி பயம் ஏற்பட்டது. பென்னட்டின் வார்த்தைகள் வந்து பயமுறுத்தின. ஒருவேளை இவள்...... ஜப்பானிய உளவாளியாக....

'ஸாகே'யை ஒரு முறை சூப்பியவன் சட்டென்று அதைக் கீழே வைத்துவிட்டு மேலே நோக்கினான்.

இவள் ஏன் இத்தனை உபசாரம் செய்கிறாள்?

''போதும்! எனக்கு அவசர வேலை இருக்கிறது. நான் புறப்படுகிறேன்" என்றான்.

"ஏன் கோபம்? நான் என்ன செய்தேன்?' அவன் மௌனமாகப் பார்த்தான்.
"எனக்குச் சந்தேகமாயிருக்கு!" என்றான்.

''என்ன சந்தேகம்?"

" ஒரு பரிச்சயத்திலே நீங்க இத்தனை உபசரிப்பு செய்வதை என்னால் ஒத்துக்க முடியலை! ஸாரி! நான் வரேன்'' என்று எழுந்து பல அடிகள் வைத்து விட்டான்.

''மிஸ்டர் ஜார்ஜ்!" என்று ஓடி வந்து அவனை வழிமறித்து.

"என் உபசரிப்புக்கு ஒரு காரணம் இருக்கு! சொல்லிடறேன்! என்னைத் தவறாக நினைக்கமாட்டீங்களே?" என்று கேட்டாள்.

"சொல்லுங்க!" என்று ஆவல் பொங்கக் கேட்டான் ஜார்ஜ்.

7

கொடியேற்று விழா நிகழ்ச்சிக்கு காலை ஒன்பது மணிக்கு நேரம் குறிப்பிட்டிருந்ததால் விழாவேந்தன் இரவெல்லாம் கண் விழித்து அரண்மனை கிழக்கு வாசலில் பெரிய மாநாடு போல் ஷாமியானா போட்டு, 'இகபானா' அலங்காரங்களுடன் மேடை அமைத்திருந்தார்.

சக்ரவர்த்தி குடும்பத்தார், ஜப்பான் நாட்டுப் பிரதமர், டோக்கியோ நகர மேயர், பார்லிமெண்ட் அங்கத்தினர்கள். அதிகாரிகள், தொழிலதிபர்கள், வி.ஐ.பிக்கள், வெளிநாட்டு விருந்தாளிகள் அத்தனை பேரும் அவரவர்கள் இடத்தில் அமர, சக்ரவர்த்தியின் காரியதரிசி யோஷினாரியும் விழாவேந்தன் முத்துவும் "ஆச்சா, ஆச்சா?" என்று குறுக்கும் நெடுக்கும் பறந்துகொண்டிருந்தார்கள்.

சக்ரவர்த்தி தம்பதியர் வரவை அத்தனை பேரும் ஆவலோடு எதிர்பார்த்துக் கொண்டிருந்தார்கள். நாமகிரிப் பேட்டை கிருஷ்ணன் மேடையில் அமர்ந்து நாதஸ்வரம் வாசிக்க, அந்த இசையின் கம்பீர முழக்கம் டோக்கியோவையே நாத வெள்ளத்தில் ஆழ்த்தியது.

மேடையில் ஒரு பக்கம் விநாயகர் சிலையும் இன்னொரு பக்கம் நடராஜர் விக்ரகமும் வைத்திருந்தார் முத்து.

சக்ரவர்த்தியும் மகாராணியும் வந்ததும், திருவாரூர் ஓதுவார்கள் கணீரென்ற குரலில் இறைவணக்கம் பாடி முடித்ததும் ''பூஜை ஆரம்பிக்கலாமா?" என்று விழா வேந்தன் கேட்க, கோபாலகிருஷ்ணன் தலையசைத்தார்.

ஒரு தட்டில் தேங்காய், வாழைப்பழம், வெற்றிலைப் பாக்கு, கற்பூரம் இவற்றை எடுத்து வைத்தார் மனோரமா. அவர் உடுத்தியிருந்த காஞ்சீபுரம் பட்டுச் சேலையையே ஆச்சரியத்தோடு உற்றுப் பார்த்துக்கொண்டிருந்தார் மகாராணி.

மஞ்சள் பொடியில் பிடித்து வைத்திருந்த பிள்ளையாரைப் பார்த்துவிட்டு ''அது என்ன?'' என்று கேட்டார் மகாராணி.

"பிள்ளையார்" என்றார் முத்து..

''அப்பபடியானால் விநாயகர் பிள்ளையாருக்கு என்ன உறவு?" என்று கேட்டார் சக்ரவர்த்தி.

''விநாயகர், பிள்ளையார், விக்னேசுவரர், கணபதி எல்லாப் பெயர்களும் ஒரே கடவுளைக் குறிக்கும். இங்கிலீஷில் எலிஃபண்ட் காட்' என்று சொல்வார்கள்" என்றார் முத்து.

அடுத்தாற்போல் கோபாலகிருஷ்ணன் கணபதி ஸ்தபதியை சக்ரவர்த்திக்கு அறிமுகப்படுத்தி, ''இவர்தான் எல்லா தெய்வங் களையும் சிலையாகச் செய்பவர். தமிழ்நாட்டின் பெருமைக்குரிய மகாசிற்பி. இப்போது அரண்மனைக்குள் வள்ளுவர் சிலை செய்து கொண்டிருக்கிறார்'' என்றார்.

"நேரமாச்சு; கொடியேத்தணும், கொடிக் கம்பம் பக்கம் வாங்க" என்று எல்லோரையும் அவசரப்படுத்தி அழைத்துச் சென்றார் விழாவேந்தன்.

ஜப்பானியர் பாண்டு வாத்தியம் வாசித்து முடிந்ததும் திரு கோபாலகிருஷ்ணன் மைக் முன் போய் நின்று தமது வரவேற்புரையைத் தொடங்கினார்.

''சக்ரவர்த்தி அவர்களே! மகாராணி அவர்களே! இங்கு கூடியுள்ள பெரியோர்களே! உங்கள் எல்லோரையும் தமிழகத்தின் சார்பிலும், தமிழக முதல்வர் டாக்டர் கலைஞர் அவர்கள் சார்பிலும் இங்கே வரவேற்பதில் பெருமகிழ்ச்சி அடைகிறேன்.

சூரியனைத் தெய்வமாகப் போற்றுகிற நாடு இது. சக்ரவர்த்தி பரம்பரையே சூரியனிலிருந்து வந்ததுதான் என்றொரு நம்பிக்கை இங்கே உண்டு. உங்களைப் போலவே நாங்களும் தமிழ்நாட்டில் சூரியனைத் தெய்வமாக வழிபடுகிறோம். எங்கள் தமிழக விவசாயிகள் பொங்கலன்று சூரியனுக்குப் பொங்கல் படைக்கிறார்கள். சூரிய நமஸ்காரம் என்பது எங்கள் நாட்டில் தொன்று தொட்டு வந்துள்ள வழிபாடாகும். ஆகவே, சிவப்பு வட்டச் சூரியனையும் அத்துடன் எங்கள் வள்ளுவர் கோட்டத்தை யும் இணைத்து இந்த விழாவின் சின்னமாகக் கொடியில் பதித்து, அந்தக் கொடியை இன்று இங்கே சக்ரவர்த்தி அவர்கள் ஏற்றி வைக்க இசைந்துள்ளார்கள். இந்த விழாவின் மூலம் நமது கலாசார உறவுக்கு ஒரு நிலையான பாலம் அமைக்கப் போகிறோம் என்பதில் நம் இரு நாடுகளுமே பெருமைப்படலாம்.

வள்ளுவர் எல்லா நாட்டுக்கும் பொதுவானவர். அவருடைய குறள்கள் வேதங்கள் போன்றவை, உலக மக்களின் வாழ்க்கை நெறிமுறைகளை ஈரடிகளில் வகுத்துக் கொடுத்த பெரும்புலவரான வள்ளுவருக்கு இங்கே, இந்த நாட்டில் ரத உற்சவம் நடத்துவதோடு எங்கள் பணி தீர்ந்துவிடப் போவதில்லை. அடுத்து வரப் போகும் ஆண்டுகளில் ரஷ்யா, ஜெர்மனி, பிரிட்டன், அமெரிக்கா போன்ற நாடுகளிலும் தேரோட்டம் நடத்தத் திட்டமிட்டிருக்கிறோம்..."

தேங்காய் உடைத்து கற்பூரம் கொளுத்தி பூஜை செய்து முடித்ததும், பலத்த ஆரவாரத்துக்கும் கைதட்டலுக்கும் இடையே சக்ரவர்த்தி கொடியை மேலே ஏற்றிய போது விண்ணிலிருந்து பூக்கும் பொழியும் அந்தக் காட்சியை நூற்றுக் கணக்கான காமிராக்கள் படமாக்கிக் கொண்டிருந்தன.

அடுத்து, சக்ரவர்த்தி தம் சொற்பொழிவைத் தொடங்கினார்.

"எங்களுடைய தேசியக் கொடியே சிவப்பு வட்டச் சூரியன் உருவத்தை கொண்டதுதான். 'ஹி - னோ – மாரு' என்று ஜப்பானிய மொழியில் சொல்வார்கள்.

எங்கள் விருப்பத்துக்கிணங்க இந்தத் தேரோட்ட விழாவை டோக்கியோவில் நடத்த இசைந்த தமிழக முதல்வர் கலைஞர் அவர்களுக்கும், இந்த விழாவைச் சிறப்புற நடத்தி வைப்பதில் மிகுந்த ஆர்வம் கொண்டு எல்லா ஏற்பாடுகளையும் நேரில் கவனிக்க வந்துள்ள இந்தியன் வங்கி சேர்மன் கோபாலகிருஷ்ணன் அவர்களுக்கும் இந்த அரசின் சார்பில் நன்றி கூறி, இந்த விழாவின் வெற்றிக்குப் பாடுபட்டு வரும் விழா வேந்தன் முத்து. திரு நன்னன், திருமதி மனோரமா, கணபதி ஸ்தபதி ஆகியோரைப் பாராட்டுவதில் மட்டற்ற மகிழ்ச்சி அடைகிறேன்.

தமிழ் நாட்டின் கலைப் பொக்கிஷமாகத் திகழும் திருவாரூர்த் தேர் பற்றி நிறையக் கேள்விப்பட்டிருக்கிறேன், அதே போன்ற தேர் ஒன்றை இங்கேயே நிர்மாணித்து தமிழ்மறை என்று போற்றப்படும் திருக்குறளை இயற்றிய வள்ளுவரின் சிலையை அதில் ஏற்றி வைத்து வீதிவலம் வரப் போகிற உங்கள் அனைவருக்கும் என் வாழ்த்துக்கள்.

சிவப்பு வட்டச் சூரியன் சின்னம் இந்த நாட்டின் மிகப் புராதனமான சின்னம் என்பதை நீங்கள் அறிவீர்கள். கீழ்த்திசை நாடுகளின் கீழ்க்கோடியிலுள்ள ஜப்பான் நாட்டில் உதிக்கும் சூரியன்தான் உங்கள் தேசத்துக்கு வருகிறான். ஆகவே உங்களோடு உறவுக்கு வருவது. அதாவது சூரியன் மூலமாக உறவுக்குக் கைகொடுப்பது நாங்கள் தான்!

பதின்மூன்றாம் நூற்றாண்டிலிருந்து இந்த நாட்டின் சின்னமாகத் திகழ்ந்து வரும் சிவப்பு வட்டச் சூரியன் உருவத்தை தேசியக் கொடியில் பதித்து அதிகாரபூர்வமாகப் பறக்க விட்டது 1870லதான்.

பின்னர் 1872ல் ஜப்பானில் முதல் முதல் ரயில் ஓடத் தொடங்கியபோது, அதே கொடியைப் பறக்கவிட்ட பெருமை மெய்ஜி சக்ரவர்த்தியைச் சேர்ந்தது. அதற்குப்பின் ஏறத்தாழ நூறாண்டுகளுக்குப் பிறகு, இப்போது இங்கே வட்டச் சூரியனோடு வள்ளுவர் கோட்டத்தையும் இணைத்துப் பறக்கவிடுகிறோம். இந்தப் பெருமை, முடிசூட்டு விழா நடைபெற்றுள்ள இந்த நேரத்தில் எனக்குக் கிடைத்திருப்பதை எண்ணிப் பெருமையும் மகிழ்ச்சியும் அடைறேன்."

ஷூ மாசிச்சியை இப்போது உற்றுப் பார்க்கும்போது ஜார்ஜுக்கு நெருடியது.

"உங்களை எங்கேயோ பார்த்திருக்கிறேனே!" என்றான்.

"எங்கே ? "

‘‘ஆ! பியூஜியாமா பாங்க்லே "

சிரித்தாள்.

’’அறிமுகம் இல்லாமல் வெளிநாட்டுக்காரர் யாரும் அந்த பாங்க்கில் பணம் போட முடியாது என்றார்கள். தவிச்சேன். அப்ப நீங்க எனக்குக் கையெழுத்துப் போட்டு உதவி செய்தீங்க."

"இப்பவாவது ஞாபகம் வருதே!".

’’ஸாரி மேடம்"

ஜப்பானிய முகங்கள் அவனுக்கு இன்னும் பிடிபடவில்லை.

"ஜார்ஜ்! அன்று முதல் உங்களைப் பின்தொடர்ந்து வந்து கொண்டிருக்கேன். ஆனால், அது உங்களுக்குத் தெரியாது."

திடுக்கிட்டான். பென்னட்டின் எச்சரிக்கைக் குரல் கேட்டது.

"எதிரி உளவாளிகளும் எங்கேயும் இருப்பாங்க."

"என்னைப் பின்பற்றி வரதாச் சொல்றீங்களே, நீங்க என்ன உளவாளியா?' என்றான் பதட்டத்துடன்.

"ஆமாம்! சொல்லப் போனால் ஒரு விதத்துல உளவாளிதான்...

"எப்படி?"

"உங்களைப் பார்த்ததிலிருந்து எனக்கு என் மனம் என் வசம் இல்லாமல் போயிட்டுது. உங்க நீல விழிகள், உயரம், தோற்றம் எல்லாமே என்னைக் கவர்ந்து இழுத்தது. விளையாட்டா நினைக்காதீங்க, எனக்குப் பிடிச்ச மாதிரி வாழ்க்கையிலே நீங்க தான் சரியா அமைஞ்சிங்க! அன்று முதல் உங்களைப் பின்தொடர்ந்துகிட்டே இருக்கேன்!"

ஜார்ஜாக்குக் குழப்பம் சற்றுத் தணிந்தது.

"உன் பேச்சை நம்பலாமா?" என்றான்.

"ஐ லவ் யு ஜார்ஜ்! என்னை நம்புங்க. சத்தியமாச் சொல்றேன். என்னாலே உங்களை மறக்க முடியலே! உங்கள் கவனத்தை எப்படியாவது என் பக்கம் ஈர்க்கணும்னு விரும்பி அதுக்காக ரொம்ப முயற்சி செய்தேன். நீங்க அன்னைக்கு ஐஸ்க்ரீம் பார்லர் போவதைப் பார்த்தபோதுதான் எனக்கு நல்ல சந்தர்ப்பம் கிடைச்சுதுன்னு நினைச்சேன்!"

"ஓ!"

"நல்ல வேளையா நீங்க டயரியை வச்சுட்டுப் போயிட்டீங்க! யாரும் பார்க்காத நேரத்தில் அந்த டயரிக்குள் என் விசிட்டிங் கார்டை வெச்சுட்டேன்" என்றாள் ஷாமாசிச்சி.

அந்த டயரியைத் திறந்து பார்த்தீங்களா?" என்று கேட்டான் ஜார்ஜ் அவசரத்துடன்.

"ஏன் அப்படிக் கேட்கறீங்க?"

"அதில் என் சொந்த சமாசாரம் நிறைய எழுதி யிருக்கேன்!"

"அதை எல்லாம் நான் படிக்கலை. படிக்கவும் தெரியாது. ஏதோ கொஞ்சமாத்தான் இங்கிலீஷ் பேசுவேன். அவ்வளவுதான்!"

மனசில் ஒரு சின்ன நிம்மதி.

"ஆமாம்; அன்றைக்கு உங்க கூட வந்தாளே, அந்தப் பெண் யாருன்னு சொல்லமுடியுமா?" என்று பேச்சைத் திருப்பினாள் அவள்.

"அவளா? கிஜிமா டயட் பில்டிங்கில் வெளிநாட்டு விவகாரத்துறையிலே வேலை பார்க்கிறாள்"

"அவளை உங்களுக்கு எப்படித் தெரியும்?"

"ஒரு வேலையா டயட்டுக்குப் போயிருந்தேன். அவளை அங்கே சந்திச்சேன். அப்ப ஏற்பட்ட சிநேகம் தான்."

"அப்படியா அவகிட்டே எச்சரிக்கையா இருங்க!"

"ஏன்?"

"உங்க மாதிரி அவள் பல பேரிடம் பழகறா!"

ஷாமாசிச்சி 'டீ' கலந்து வர உள்ளே போனாள்.

சட்டென்று அவன் எழுந்து பக்கத்து அறையில் எட்டிப் பார்த்தான். ஷமாசிச்சி ஒரு படத்தில் 'கெய்ஷா' உடையில் இருந்தாள். 'இவள் ஒரு கெய்ஷாவா?'

உள்ளே காலை வைத்தான். மேஜை மீது ஒரு கார்ட் இருந்தது. அதை எடுத்த போது ஆச்சரியமும் திகைப்பும் ஏற்பட்டன.

கார்டு ஒஸாகாவிலிருந்து வந்திருந்தது. 'டியர் மிஸ் ஷாமாசிச்சி' என்று முழுதும் ஆங்கிலத்தில் எழுதப்பட்டிருந்தது. இங்கிலீஷ் தெரியுமா இவளுக்கு'

ஏதோ சத்தம் கேட்க, டக்கென்று அறையைவிட்டு வெளியே வந்தான். யாருமில்லை. சிறிது நேரத்தில் ஷாமாசிச்சி கொண்டுவந்த 'டீ'யை பாரஸ்யமாகக் குடித்துவிட்டு வெளியே கிளம்பினாள் ஜார்ஜ்.

‘‘பார்த்துட்டேன்! அவளுக்கு இங்கிலீஷ் தெரியாது! என்று சொன்னான் ஜார்ஜ்! மனம் தங்தங் என்று அடித்தது, அந்தப் பொய்யைச் சொல்வதற்கு!

"எப்படிக் கண்டுபிடிச்சே?" என்று கேட்டான் பென்னட்!

"அவளையே கேட்டேன்; அட்ரஸ் வாசிக்கச் சொன்னேன்!"

'ஓகோ!" என்ற பென்னட் 'தெரிஞ்சுக்க அந்தத் தெருவிலே இருக்கிற அத்தனை கெய்ஷாப் பெண்களும் இங்கிலீஷ் படிச்சவங்க இப்போ அவளைக் க்ளோஸ் பண்ண வேண்டியது தான்!" என்று முத்தாய்ப்பாக முடித்தான்.

ஜார்ஜின் உடம்பு பதறியது. "என்ன சொல்றீங்க? அவளை க்ளோஸ் பண்ணிரணுமா?"

"ஆமாம், நம்பாதே! அற்ப விஷயமாத் தோணும். பின்னால் அதுதான் பெரிசா முளைச்சுடும்."

ஜார்ஜ் அன்று இரவு ஒன்பது மணிக்கு மீண்டும் ஷமாசிச்சி வீட்டுக்குப் போனான். கதவு பூட்டியிருந்தது.

அடுத்த நாளும் போனான். பூட்டியிருந்தது.

தொடர்ந்து, நான்கு நாட்கள் பூட்டியே கிடந்தது. பக்கத்தில் ரொட்டிக் கடை. அங்கே விசாரித்ததில் 'தெரியாது' என்றார்கள்.

ஷூ மாசிச்சி எங்கே?

ஜார்ஜின் நாடிகள் அடங்கிவிட்டன. பென்னட் என்ன சொல்லப் போகிறான்?

8

பள்ளி சுப்புடு பரம திருப்தியோடு ஏப்பம் விட்டுக் கொண்டு வந்தார்.

''அரண்மனை சாப்பாடு ரொம்ப பலம் போல இருக்கு!" என்றார் மனோரமா.

"ஆமாம்; மனுஷனுக்குச் சாப்பாட்ல கிடைக்கிற திருப்தி வேற எதுலயும் கிடைக்காது. எடைக்கு எடை பொன்னை அள்ளிக் கொடுங்க. போதும்னு சொல்லமாட்டான். மண்ணை அளந்து கொடுங்க --- அதிலும் திருப்தி ஏற்படாது. சாப்பாடு ஒண்ணுலதான் திருப்தி ஏற்படும். போதும் போதும். வயிறு நிரம்பிட்டுது. இனி வேண்டாம் என்பான். நம்பூதிரி கதை தெரியுமா உங்களுக்கு?" என்று கேட்டார் புள்ளி.

''தெரியாதே!"

''நம்பூதிரி ஒருத்தர் விருந்துக்குப் போயிருந்தார். வயிறு கொண்ட மட்டும் சாப்பிட்டார். திருப்தியாயிட்டுது. அந்த நிறைவில் 'இனிமே சொத்து பத்தெல்லாம் எதுக்கு ? அதான் திருப்தியாயிட்டு தே, போதும்னு சொல்லி தன் சொத்தை. யெல்லாம் மத்தவங்களுக்கு 'வில்' எழுதி வச்சுட்டார்!"

''அப்புறம்?''

"அப்புறம் என்ன? மறுபடி ராத்திரி பசி எடுத்ததும் மனசு மாறிப் போச்சு; 'வில்'லை கேன்ஸல் பண்ணிட்டார்!"

''இந்த ஜப்பானைப் பார்க்கப் பார்க்க எனக்கு இங்கயே நிரந்தரமாக குடியேறிடலாம் போலிருக்கு!" என்றார் விழா வேந்தன்.

''கொடியேற்றம் ஆயிட்டுது. இப்ப மெதுவா குடி யேற்றத்துக்கு அடி போடறீங்களா?' என்று கேட்டார் மனோரமா.

''ஜப்பான்ல ஒரு சதுர அடி நிலம் அம்பதாயிரம் டாலர் விலையாம்!" என்றார் புள்ளி

"அப்படின்னா, இப்ப அம்பதாயிரம் டாலர் சொத்துக்கு நான் அதிபதி!" என்றார் விழாவேந்தன்.

"எப்படி?"

"நான் இப்படி நிக்கற இடம் ஒரு சதுர அடி. நான் இங்கே நிக்கறவரைக்கும் இந்த இடம் எனக்குத்தானே சொந்தம்!"

"ஒரு 'இஞ்ச்' நிலத்தைக்கூட வீணாக்காமல் எங்க பார்த்தாலும் பயிர் பண்ணியிருக்கான் ஜப்பான்காரன்!" என்றார் புள்ளி.

"இது ரொம்ப சின்ன நாடு. இதுல எங்க பார்த்தாலும் மலை. மிச்சம் இருக்கிற துளியூண்டு இடத்துல குடியிருக்க விடு. கார் போக ரோடு, ரயில்வே லைன், தொழிற்சாலை, கோயில், ஆறு, காடு மேடு இதெல்லாம் வேற. இவ்வளவும் போக பயிர் பண்றதுக்கும் இடம் இருக்கே, அதான் அதிசயம்!"

''இன்னொரு அதிசயம்! ஜப்பான்ல எப்பவுமே அரிசிக்குப் பஞ்சம் கிடையாது. 'தி ஜாப்னீஸ் பீபிள் வில் நெவர் ஸ்டார்வ்'னு பெருமையாகச் சொல்லிக்கிறாங்க."

''பணப் பஞ்சம், சாப்பாட்டுப் பஞ்சம் இரண்டும் இல்லாத இந்த நாட்டில் ஒரே ஒரு பஞ்சம்தான். அது இடப் பஞ்சம்!"

"நம் நாட்டில் இடத்துக்குப் பஞ்சம் இல்லே. மிச்ச ரெண்டுக்கும் தான் திண்டாட்டம்!" என்றார் புள்ளி.

"ஒண்ணு செய்யலாமா? கொஞ்ச காலத்துக்கு இந்த ஜப்பான்காரங்களை இண்டியாவில் குடியேறச் சொல்லிட்டு நாம் ஜப்பானுக்கு வந்துரலாமா?'' என்று கேட்டார். விழா வேந்தன்.

"ஏன் ? ஜப்பான் நல்லாயிருக்கிறது உங்களுக்கெல்லாம் பிடிக்கலையா?' என்று கேட்டார் மனோரமா.

"எவ்வளவு முன்னேறினாலும் ஜப்பானியர் தங்களுடைய பழமைச் சின்னங்களை மட்டும் மறப்பதில்லை!"

"அது மட்டுமில்லை. நன்றி பாராட்டுவதிலும் இவங்களை யாரும் மிஞ்சிட முடியாது. நாம் வள்ளுவர் குறளைச் சொல்லி, நன்றி பற்றி

வாய் கிழியப் பேசுவோம். எல்லாத்துக்கும் "தாங்க்ஸ்'னு சுலபமா ஒரு வார்த்தையைச் சொல்லிட்டுப் போயிடுவோம். நம் நன்றியெல்லாம் வாயோடு சரி. காரியத்துல ஒண்ணும் இருக்காது. ஜப்பான்காரங்க அப்படியில்லை. அவங்களுக்கு நன்றி உணர்வு ரத்தத்தில் ஊறிப் போயிருக்கு. அதுக்கு அடையாளமாத்தான் இந்த ஊர்ல நாய்க்கு ஒரு சிலையே செஞ்சு வெச்சிருக்காங்க."

" நாய்க்குச் சிலையா? அது எங்கே?" என்று வியந்தார் நன்னன்.

" நான் உங்களையெல்லாம் இப்பவே ஷியுயா ஸ்டேஷனுக்கு அழைச்சிட்டுப் போய் அந்த நாய்ச் சிலையைக் காட்றேன் வாங்க" என்று கூப்பிட்டார் திருக்குறள் ஷோஜோ.

"ரைட்! கைவசம் பூமாலைகள் கூட நிறைய இருக்கு. இப்பவே போய் அந்த நாய்ச் சிலைக்கு ஆளுக்கொரு மாலை போட்டுட்டு வந்துருவோம், வாங்க" என்றார் நன்னன்.

''மாலை போடறப்போ போட்டோ எடுக்கணுமே!" என்றார் விழாவேந்தன்.

"புள்ளி சுப்புடு வராரே! அவர் எக்ஸ்பர்ட் போட்டோ கிராபர் ஆச்சே !"

"நாய்க்கு மாலை போடுவதா? அது சரியா இருக்குமா?" என்று கேட்டார் மனோரமா.

"நம் நாட்டில் ஜூனகாத் மகாராஜா நாய்க்குக் கலியாணமே செஞ்சுவெச்சார். நாம மாலை போடக் கூடாதா?'' என்று கேட்டார் புள்ளி.

''அது நாய்க்குப் போடும் மாலைன்னு ஏன் நினைக்கணும்? நன்றி உணர்வை மதித்துப் போடும் மாலைன்னு நினைக்கக் கூடாதா?" என்றார் நன்னன்.

''ஒன்றே சொன்னார் நன்னன். அதுவும் நன்றே சொன்னார் மன்னன்" என்று தம் தமிழ்ப் புலமையைக் காட்டி னார் திருக்குறள் ஷோஜோ!

"நம் ஊரில் நன்றி கெட்ட மனுசங்களுக்கே மாலை - போடறாங்களே அதைவிட நன்றியுள்ள நாய்க்கு மாலை போடறது தப்பா?" என்று கேட்டார் முத்து.

எல்லோரும் ஷியா ரயில் ஸ்டேஷனுக்குப் போய், அந்த நாய்ச் சிலைக்கு மாலை போட்டபின், அந்தச் சிலைக்குப் பக்கத்திலேயே நின்று போட்டோ எடுத்துக் கொண்டார்கள்.

''நாயின் முகத்தில் ஒரு சோகம் தெரிகிறதே! அந்த சோக பாவத்தைச் சிலையில் எப்படித்தான் கொண்டு வந்தார்களோ!" என்று வியந்தார் கணபதி ஸ்தபதி.

"எதையோ பறிகொடுத்த மாதிரி முகத்துல ஒரு சோகம்!" என்று பரிதாபப்பட்டார் மனோரமா.

"ஆமாம்; அந்த நாயின் எஜமானர் ஒரு புரொபஸர். அவர் இறந்து இன்றோடு அறுபத்தஞ்சு வருஷம் ஆகுது. பாவம், இந்த நாய்க்கு அப்ப இரண்டரை வயதுதான்" என்றார் புள்ளி சுப்புடு,

''அது சரி, சிலையை இந்த ஸ்டேஷன் வாசலில் கொண்டு வந்து வெச்சிருக்காங்களே, அதுக்கு என்ன காரணம்?"

"அந்த புரொபஸர் தினமும் இந்த ஸ்டேஷனுக்கு வந்துதான் ரயிலேறுவார். காலைல எட்டு மணிக்கு இங்க ரயில் ஏறி யுனிவர்ஸிடிக்குப் போவார். அப்புறம் சாயந்திரம் அஞ்ச மணிக்குத் திரும்பி வருவார். காலையில் வீட்டிலிருந்து அவரோடு துணைக்கு வரும் அந்த தாய் அப்புறம் சாயந்திரம் அவர் யுனிவர்ஸிடியிலிருந்து திரும்பி வர வரைக்கும் இங்கேயே காத்துக் கிடக்கும். ''

''த்ஸொ, த்ஸொ" என்றார் நன்னன்.

''த்ஸொ, த்ஸொன்னாதீங்க! இதோ இங்க கீழே நிக்குதே ஒரு நாய் , அது வாலாட்டுது" என்றார் மனோரமா.

"அப்புறம்?" என்று சுவாரசியமாய்க் கேட்டார் முத்து.

அப்புறம் என்ன? ஒரு நாள் யுனிவர்ஸிடிக்குப் போன புரொபஸர் திரும்பி வரவேயில்லை. மாரடைப்பு காரணமா யுனிவர்ஸிடியிலேயே இறந்து போயிட்டார். அவரை அங்கேயே.

அடக்கம் செய்துட்டாங்க. அந்தச் செய்தியை நாய்க்குச் சொல்லுவார் யாருமில்லை. எஜமானனைக் காணாது ஹச்சிகோ'ங்கற இந்த நாய் ஸ்டேஷன்லயே வெகுநேரம் வரை பட்டினியோடு காத்திருந்துவிட்டு சோகத்துடன் வீட்டுக்குத் திரும்பிச் சென்றது. மறுநாள் எஜமானன் இல்லாமலே காலை எட்டு மணிக்கு வழக்கம்போல் வந்து மாலை ஐந்து மணிவரை காத்திருந்துவிட்டு திரும்பிச் சென்றது. இப்படியே பத்து வரும் காலம். அது உயிரோடு இருந்தவரை தினமும் வந்து போய்க் கொண்டிருந்தது. எஜமானரைப் பிரிந்த அந்த சோகம் தான் அதன் முகத்தில் தெரிகிறது. அதற்குத்தான் இங்கே சிலை வைத்திருக்கிறார்கள்" என்றார் ஷோஜோ.

"அட்டா, இப்படி ஒரு நாடா!" என்று வியந்தார் நன்னன்.

"நான் கூட ஒரு நாய் வளர்த்தேன். அதுவும் தினமும் நான் ஆபீஸ் எனக்குப் போறப்பல்லாம் தெருக்கோடி வரை என்கூடவே வந்து வழி அனுப்பும்" என்றார் புள்ளி சுப்புடு.

"தெருக்கோடி வரைக்கும்தானா? அப்புறம் பஸ் ஏறிடுவீங்க போலிருக்கு!" என்றார் மனோரமா.

'தெருக்கோடியில் ஒரு வெத்தலை பாக்குக் கடை இருக்கு. அங்கே அதுக்கு தினமும் ஒரு பொரை பிஸ்கட் வாங்கிய போடுவேன். அதுக்காக வரும். அதைச் சாப்பிட்டுட்டு அங்கிருந்து திரும்பி ஓடிப்போயிடும்!"

''தேவலையே வீட்டுக்கே போயிருமா?''

''எங்க வீட்டுக்குப் போகாது. அடுத்த வீட்ல போய்ப் படுத்துக்கும்!"

''பொரைக்கு உங்க கூட வரும். காவலுக்கு அடுத்த வீட்டுக்குப் போயிருமா? நன்றி இடம் மாறிப் போச்சு போலிருக்கு" என்றார் மனோரமா.

''நன்றியாவது. மண்ணாவது அதெல்லாம் ஒண்ணும் கிடையாது. அடுத்த வீட்ல பெரிய வேப்ப மரம் இருக்கு. வேப்ப மரத்து நிழல்ல சுகமா படுத்துத் தூங்கறதுக்காக அங்கே ஓடிப் போயிடும். அவ்வளவு சுயநலம்!" என்று முடித்தார் புள்ளி.

பல நாட்கள் பென்னட் சுறுசுறுப்போடு இயங்கினான். அடிக்கடி அகிஹாபாரா (எலெக்ட்ரானிக் கொத்தவால் சாவடி) போய் தனக்குத் தேவைப்பட்ட நுட்பமான கருவிகளை வாங்கி வந்தான். டிராயர் முழுதும் அவை நிரம்பிக் கிடந்தன. இரவில் வெகு நேரம் கண் விழித்து அவற்றை ஒன்றுக்கொன்று பொருத்திப் பார்ப்பதும் பிரித்துப் பார்ப்பதுமாக இருந்தான்.

ஒருநாள் டெலிபோன் செய்து 'ஜார்ஜ்! அதைச் செய்து முடித்துவிட்டேன். வந்து பாரு!" என்றான்.

மேஜை மீது கன கச்சிதமாக ஒரு பெட்டி உட்கார்ந்திருந்தது.

ஏழு அங்குல ஐந்து அங்குல அளவுகள். முடியை மட்டும் திறந்து காட்டினான்.

பென்னட்டின் மூளையைத் திறந்து காட்டினாற் போல இருந்தது. அத்தனை ஒயர்களும் இணைப்புகளும் உள்ளே நுணுக்கமாகப் பரவியிருந்தன.

''இதை அப்படியே தேர் அச்சக்கட்டையிலே வச்சுட வேண்டியதுதான். வெரி ஸிம்பிள்!" என்றான் பென்னட்.

"என்ன செய்யும்?" என்றான் ஜார்ஜ்.

''ரிமோட் கண்ட்ரோல் இருக்கு. தூரத்திலிருந்தே விசையை அமுக்கினால் போதும்."

" அப்போ வெடிக்குமா?"

"ஆமாம்! மேல்புறமா வெடிக்காது. நேர் முன்புறமா. வெடிக்கும் பயங்கரம் முப்பது நாற்பதடிக்கு உள்ளவங்க எல்லாரும் க்ளோஸ்!"

"ஐயோ !"

"என்ன ஐயோ? இந்த வேலைக்கு வந்தா 'ஐயோ'க்களை மறந்துட வேண்டியதுதான். தெரிஞ்சுதா. பிரெஞ்ச் பிரசிடெண்ட் வரது நிச்சயமாயிட்டுதா?"

"கிஜிமாவிடம் கேட்டேன்! உறுதி ஆயிட்டதால் சொன்னாள். தேதி மட்டும் நிச்சயமாகலையாம்!"

"அவரைத்தான் குளோஸ் பண்றோம்!"

திடுக்கிட்டான் ஜார்ஜ்.

"அவரையா!"

"ஆமாம் அதுக்குத்தான் ஒண்ணரை மில்லியன் டாலர் கூலி!"

ஜார்ஜின் மனம் பரபரத்தது.

பிரெஞ்சு பிரசிடெண்ட்தான் இப்போதைய இலக்கு என்று தெரிந்துவிட்டது. அவரைத் தீர்த்துவிட்டால் நல்ல வருமானம் கிடைக்கப் போகிறது.

வருமானத்தை எடுத்துக்கொண்டு சொந்த ஊர் போகலாம் ! ஹோனோலூலு அல்லது லா வேகாஸ் போய் உல்லாச விடுமுறை அனுபவிக்கலாம்!

"ஏன், பாஸ் இது வெறும் டைம் - பாம் தானே? இதுக்கா இத்தனை நாள் சிரமப்பட்டீங்க?"

"டைம் - பாம் மட்டுமில்லை ! ஆளைப் பார்த்து ஃபோகஸ் பண்ணிக்கொள்ளக்கூடிய லென்ஸார் உண்டு!"

"அப்படியா!"

'பிரெஞ்ச் பிரஸிடெண்ட் முகத்தை இது அடையாளம் கண்டுபிடிக்கும். கண்டு பிடிச்சவுடனே நம்ம கையிலே இருக்கிற ரிமோட் கருவியிலே பச்சை விளக்கு எரியும்! நாம் உடனே ட்ரிகரை அழுத்த வேண்டியது தான் நேரே பிரஸிடெண்ட் மார்பிலே இந்தக் கருவி குண்டைப் பாய்ச்சிடும்..."

"பிரமாதம் பாஸ்!"

"இப்போ அதைத் தேரிலே வெச்சாகணும்! தேர் அடிப் பாகங்களை நீ விஸ்தாரமா போட்டோ எடுத்து வந்தது ரொம்ப நல்லதாப்

போச்சு! அந்தக் கருவியை தேரில் எங்கே வைக்கணும் தெரியுமா? இத பார்..."

பெரிய சைஸ் போட்டோக்களில் ஒன்றை எடுத்துக் காட்டி "இதுதான் அச்சு ஓடற 'பிம்'. எவ்வளவு பெரிய மரக்கட்டை பாரு! இந்தியா, பர்மா, தாய்லாந்திலேதான் இதெல்லாம் கிடைக்கும். இந்த இடத்திலேதான் நீ இந்தக் கருவியை வைக்கிறே.''

அந்த இடத்தைக் காண்பித்தான்.

"பாஸ்! தேர்ப் பக்கம் இனி போகவே முடியாது. நேத்து கொடியேற்றத்துக்காக விட்டாங்க , அவ்வளவுதான். அதோடு சரி. அங்கே பலத்த பந்தோபஸ்து போட்டாச்சு!"

"மடையா! என் கிட்டே வந்து காது குத்தறயாக்கும் ! இன்னிக்கு அந்த இடத்தில் பிரஸ் மீட் இருக்கு. தேருக்குப் பக்கத்திலயே வச்சிருக்காங்க. டீ ஸ்நாக்ஸ் உண்டு. "

"ஆமாம், பாஸ்!"

"ஜார்ஜ் நீ இன்று பிரஸ் பிரதிநிதியாகத்தான் போறே. கிஜிமா தயவிலே! தெரிஞ்சுக்க, இதுக்குத்தான் உன்னை கிஜி மாவோடு சிநேகம் வச்சுக்கும்படி சொன்னேன். ஜாலியா லவ் பண்ணி, கல்யாணம் கட்டிக்கிட்டு இங்கே ஜப்பான் லே உட்கார்ந்துடலாம்னு நினைக்காதே!"

ஜார்ஜின் அடி வயிறு கலங்கியது. ஏற்கெனவே தேரின் அடிப்பகுதிகளைப் போட்டோ எடுப்பதைப் பார்த்து கிஜிமா கேள்வி கேட்டிருக்கிறாள். லேசா ஒரு சந்தேகம் இருக்கலாம். "என்ன ஜார்ஜ்! வெறும் அச்சுத் தண்டையும் அடிப்பகுதியையும் போட்டோ எடுத்துக்கிட்டிருக்கீங்க?"

இப்போது பிரஸ்மீட்டில் கலந்து கொண்டு அப்படியே தேருக்கு அடியில் போய் இந்தக் கருவியைப் பொருத்துவ தென்றால்....

"ஜார்ஜ்! இப்பத்தான் நீ ரொம்ப உஷாரா வேலை செய்யணும். உன் திறமையை இதில்தான் பார்க்கப் போகிறேன். உம்; புறப்படு. உடனே போய் கிஜிமாவைப் பார்த்து பிரஸ் பாஸ் வாங்கிக்கொள் , போய்க் காரியத்தை முடி. கமான்!" என்றான் பென்னட்.

பென்னட் உத்தரவைத் தட்டமுடியாமல் "இதோ பாஸ்" என்றான். !

'பிரஸ் மீட்' முடிந்து கருகரு இருட்டில் ஜார்ஜ் அறைக்குத் திரும்பும்போது, பென்னட் தீவிரமான கவலையுடன் நாற்காலியில் சாய்ந்திருந்தான்.

செய்தியைச் சொன்னால் பென்னட்டுக்குக் கோபம் வந்து விடும் என்று அஞ்சினான் ஜார்ஜ். ஆனாலும் சொல்லாமலிருக்க முடியவில்லை.

எதிரில் மெள்ள , நிழலாக நின்று, மெலிதான குரலில் "பாஸ்" என்றான்.

பென்னட் பேசவில்லை. இரண்டாம் முறை அழைத்ததும் 'ஹம்' என்றான் பலவீனத்தில்.

"ஸாரி! ரொம்ப வருத்தப்படறேன். என்னாலே முடியாமல் போச்சு!"

பென்னட் பேசவில்லை. அப்படியே உட்கார்ந்திருந்தான்.

ஜார்ஜக்குப் பதட்டம் எடுத்தது. நிற்க முடியவில்லை. என்ன நடக்குமோ என்று பயம் உள்ளே நெருப்பைக் கொட்டியது.

லேசாக ஒரு மௌன அடி வைத்து முன்னால் வந்தான். முன்னிலும் மெலிதாக "ஸாரி. பென்னட்! முடியாமல் போச்சு!" என்றான்.

பென்னட் மெதுவாகத் தலையைத் தூக்கினான். அவன் பார்வையைச் சந்திக்கும் தைரியம் இன்றி தலையைக் கவிழ்த்துக் கொண்டான் ஜார்ஜ். கண்களில் கலக்கம்.

"பரவாயில்லை; வருத்தப்படாதே. இன்னொரு வழி இருக்கிறது" என்றான் பென்னட்.

ஜார்ஜ் அந்த பதிலை எதிர்பார்க்கவில்லை. வருத்தப் படாதே ஜார்ஜ்! நீ எவ்வளவோ முயற்சி பண்ணினே! ஆனா வைக்க முடியலை! அதற்குச் சரியான சந்தர்ப்பம் கிடைக்கலே. எனக்கு எல்லாம் தெரியும். அந்த கிஜிமா துறுதுறுன்னு உன்னையே கவனித்துக் கொண்டிருந்தாள், இல்லையா?"

ஜார்ஜால் நம்பக்கூட முடியவில்லை, 'பென்னட் குரலா அது? அவனா இப்படிப் பேசுகிறான்? இத்தனை சமாசாரங்களும் - எப்படித் தெரிந்தன இவனுக்கு'!

"பயப்படாதே! சமயத்திலே சந்தர்ப்பம் அப்படித்தான் எதிரிடையா அமையும்! அதற்காகச் சோர்ந்துவிடக் கூடாது. உடனே தீவிரமாச் சிந்தித்து ஒரு வழி கண்டுபிடிச்சுடலாம். இப்போ எனக்கு ஒரு விஷயம் சொல்லு..... பிரஸ்மிட் முடிஞ்சப்புறம் யாரிட்டியோ பேசிட்டிருந்தியே, அது யார்!"

ஜார்ஜின் முகம் லேசாக மலர்ந்தது. "அது அந்த இந்தியக் குழுவோடு வந்துள்ள ஆளுங்க! ஏதோ புள்ளின்னு பேர் சொல்றார்"

"கையிலே காமிரா வச்சுட்டுப் பேசிட்டிருந்தார், அவர் தானே!"

"ஆமாம் பாஸ்! என் காமிராவைப் பார்த்து விசாரிச்சான்! பதில் சொன்னேன்! காமிராக்களைப் பத்தி நிறையத் தெரிஞ்சு வச்சிருக்கான். நாளைக்குக் கூட்டத்திலே வர்ற வெளிநாட்டுத் தலைவர்கள் அத்தனை பேரையும் போட்டோ எடுக்கப் போறதாச் சொன்னான்."

'ஓ! எப்படி, எங்கிருந்து எடுக்கப் போறானாம்?"

"தேர் மேலேயே ஏறி நின்னு எடுக்கப் போறானாம். இண்டியன் பார்ட்டியில் முக்கியமான ஆளாத் தெரியுது.

"அப்படியா?"

"ஆமாம்! தேர்த் தட்டிலே நிற்கிறதுக்கு அவங்க எல்லாருக்குமே பர்மிஷன் இருக்காம்."

பென்னட் அடுத்த கணம் ஆழ்ந்த யோசனையுடன் முன்னும் பின்னும் நடக்க ஆரம்பித்தான்.

பெரிய திட்டத்திற்கான யோசனை அது என்பது ஜார்ஜுக்குப் புரிந்துவிட்டது.

பதினைந்து நிமிடத்திற்கெல்லாம் மேஜை மீது போய் உட்கார்ந்த பென்னட் மீண்டும் அந்த எலக்ட்ரானிக் கருவிகளை ஆராயத் தொடங்கினான்.

9

''கலைஞர் வரப்போகிற தேதி நிச்சயமாயிட்டதாம்!" என்று மகிழ்ச்சி பொங்கக் கூறினார் விழா வேந்தன். ஒரே குஷி அவருக்கு!

''எப்போ, எப்போ?' என்று ஆர்வத்தோடு கேட்டார்கள் மற்றவர்கள்.

"டிசம்பர் 1ம் தேதி வருகிறார். 20ம் தேதி காலை 'வடம் பிடித்து ' விழாவைத் தொடங்கி வைக்கிறார், சக்ரவர்த்தியே கலைஞரோடு டெலிபோனில் பேசிக் கேட்டபோது 19ம் தேதி வருவதாகச் சொல்லிவிட்டாராம்! காரியதரிசி யோஷினரரி நாளைக்கு 'பிரஸ் மீட் வைத்திருக்கிறார்" என்றார் முத்து.

"தேர் வேலை பூர்த்தியாயிட்டுதா?"

"ஓ! தேருக்குப் பக்கத்திலேயே தான் பிரஸ் மீட் நடக்கப் போகுது. வெளிநாட்டுப் பத்திரிகைக்காரங்களெல்லாம் வராங்க" என்றார் ஷோஜோ.

"இன்னும் பத்து நாள் தானே இருக்கு? அதுக்குள்ளே வள்ளுவர் சிலை செய்து முடிச்சுடுவாங்களா?' என்று கவலையோடு விசாரித்தார் நன்னன்.

"கணபதி ஸ்தபதியிடம் ஒரு பொறுப்பை ஒப்படைச் சாச்சுன்னா அப்புறம் அதைப்பத்தின கவலையே நமக்கு வேணாம். பதினெட்டாம் தேதிக்குள் கண்டிப்பா முடிச்சுடுவார்."

''இன்னும் சிலைக்குத் தலையே தெரியலையாமே! எப்ப முடிக்கப் போகிறாரோ?"

''ராத்திரிப் பகலா வேலை நடக்குது. முடிஞ்சுடும். சிற்பிகள் சிலை செய்யற இடத்தைச் சுத்தி திரை போட்டு மறைத்துக் கொண்டு வேலை செய்யறாங்க.. நான் மெதுவா எட்டிப் பார்த்தேன். 18ம் தேதி வரை இங்கே யாரும் தலை காட்டக் கூடாதுன்னுட்டார் கணபதி ஸ்தபதி."

"அப்படியா! அதுக்கு நீங்க என்ன சொன்னீங்க?''

"நாங்க யாரும் தலை காட்டலே; வள்ளுவர் தலை காட்டினால் போதும்னு ஜோக் அடிச்சுட்டு வந்தேன்" என்றார் புள்ளி.

''அரண்மனை கிழக்கு வாசலில் பலத்த பந்தோபஸ்துக்கு ஏற்பாடு செஞ்சிருக்காங்க. அங்கதான் கலைஞர் பேசப் போறார். போலீஸ்காரங்க சுத்தி சுவர் வெச்ச மாதிரி நின்னுகிட்டிருக்காங்க. ஒரு ஈ காக்கை உள்ளே நுழைய முடியாது. அத்தனை கெடுபிடி!" என்றார் புள்ளி சுப்புடு.

"இந்த ஊர்ல ஈயும் கிடையாது, காக்கையும் கிடையாதே!" என்று சிரித்தார் மனோரமா.

''காரியதரிசி யோஷினரி தேருக்கு முன்னால் சந்நிதிபோல் இடம் விட்டு இரு பக்கங்களிலும் குஷன் நாற்காலிகள் போட்டு, அந்த நாற்காலிகளுக்கு நம்பர் போட்டுக்கிட்டிருக்கார். யார் யார் எந்தெந்த நம்பரில் உட்கார வேண்டும் என்பதற்குப் பட்டியல் தயாராகுதாம். அது ரொம்ப ரகசியமமாம்! எந்த நம்பர்ல யார் உட்காரப் போறாங்கன்னு அவருக்கே தெரியாதாம்" என்றார் விழா வேந்தன்.

''கலைஞர் ஸீட் நம்பர் தெரியுமா?"

''ஜப்பான் சக்ரவர்த்திக்குப் பக்கத்தில் கலைஞருக்கும். கலைஞர் குடும்பத்தாருக்கும் இடம் ரிஸர்வ் செய்திருக்காங்களாம். அரண்மனை உத்தரவாம்!"

''இடது புறத்தில் ஜப்பான் பிரதமர் கய்ஃபு, அமெரிக்க ஜனாதிபதி, பிரிட்டிஷ் பிரதமர், பிரெஞ்ச் பிரஸிடெண்ட், சோவியத் தலைவர், க்வீன் எலிஸபெத், டயனா தம்பதியர், தாச்சர். இந்தியக் குடியரசுத் தலைவர் ஆர்.வி., இவ்வளவு பேருக்கும் நம்பர் போட்டு வச்சிருக்காங்க."

''பூமாலைகளை யார் எடுத்துக் கொடுக்கணும், யார் யாருக்கு மாலை போடணும் போன்ற நுணுக்கமான விவரங்களையெல்லாம் யோஷினாரியுடன் ஆலோசனை நடத்திக் கொண்டிருக்கிறார் இந்தியன் வங்கி கோபாலகிருஷ்ணன்."

''டோக்கியோ நகரையே தமிழர்கள் குத்தகைக்கு எடுத்த மாதிரி இருக்கு. எல்லா ஓட்டல்லயும் இப்பவே கூட்டம் தாங்கலை'' என்றார் விழாவேந்தன்.

"எல்லாரும் இருபதாம் தேதியை எதிர்பார்த்துக்கிட்டிருக்காங்கன்னு சொல்லுங்க."

"ஆமாம், விழாவன்று முதலில் கலைஞரின் தமிழ் முழக்கம்; அப்புறம் நாதசுர முழக்கம், அப்புரம் வெடி முழக்கம். டோக்கியோவே அல்லோலகல்லோலப் படப்போகுது'' என்றார் விழா வேந்தன்.

"டிசம்பர் பதினெட்டு என்றால் நெருக்கத்தில் வந்துட்டுதே! இன்விடேஷன் போட வேண்டாமா!' புள்ளி கேட்டார்.

"பத்தாயிரம் இன்விடேஷன் பறக்கப் போகுது. உமக்கேன் அந்தக் கவலை?" என்றார் விழா வேந்தன்.

'தமிழ் நாட்டிலிருந்து வேற யாரெல்லாம் வராங்களாம்?"

'தமிழ்க்குடிமகன், பேராசிரியர் அன்பழகன், நாஞ்சில் மனோகரன், சாதிக், கே.பி.கந்தசாமி, பொன். முத்துராமலிங்கம், துரைமுருகன், கண்ணப்பன். நேரு. வீரபாண்டி ஆறுமுகம், பொன்முடி, சுப்புலட்சுமி ஜெகதீசன், பாலு எம்.பி., ஸ்டாலின். கவியரசு வைரமுத்து, திருக்குறள் முனுசாமி, பட்டி மன்றம் நமசிவாயம், தமிழ்ப் புலவர்கள், கவிஞர்கள், கலைஞர்கள், சிவாஜி. கமலஹாசன், ரஜினிகாந்த். எம். எஸ். சுப்புலட்சுமி, பத்மா சுப்பிரமணியம், சுதாராணி ரகுபதி, டி. டி. வாசு, எம். ஏ. எம். ராமசாமி, பொள்ளாச்சி மகாலிங்கம், ஏ. வி. எஸ். ராஜா, செம்மங்குடி, லால்குடி, குன்னக்குடி, மாண்டலின் ஸ்நிவாஸ், டாக்டர் விஜயலட்சுமி நவநீதகிருஷ்ணன், பொம்ம லாட்டம், புரவி நாட்டியம், கரகம், காவடி எல்லாருமே வராங்க."

''எம். எஸ். கச்சேரி உண்டா ?"

''இம்பீரியல் பாலஸ்லே சக்ரவர்த்தி குடும்பத்தினருக்காக ஸ்பெஷலா ஒரு கச்சேரி ஏற்பாடு பண்ணியிருக்காங்க..."

"டான்ஸ் ?"

"கபூகிஸா தியேட்டர்ல பத்மா சுப்பிரமணியம். சுதாராணி ரகுபதி ரெண்டு பேர் டான்ஸ்ம் நடக்கப்போகுது. ஒரே சமயத்தில்

இரண்டாயிரத்து இருநூறு பேர் உட்கார்ந்து பார்க்கக் கூடிய தியேட்டர். அவ்வளவு பெரிசு!"

"அப்புறம்?..."

"தொடக்க விழாவுக்கு இறைவணக்கம் மணி கிருஷ்ணசாமி. குத்துவிளக்கு ஏத்தி வைக்கப் போறவர் தயாளு அம்மா. வரவேற்புரை கோபாலகிருஷ்ணன். ஸ்டாம்ப் ரிலீஸ் ஆர். வி."

''பிரமாதம், பிரமாதம்" என்றார் புள்ளி.

"இந்த விழா ஞாபகார்த்தமா தபால்தலை வெளியிடப் போறாங்க. அத்தோட கீ செயின்' ஒண்ணும் செய்து விழாவுக்கு வரவங்க அத்தனை பேருக்கும் கொடுக்கணும்னு சக்ரவர்த்தி ஆசைப்படறாராம்!"

‘'"ஃபஸ்ட் கிளாஸ் ஐடியா சந்தனக் கட்டையில் சின்ன அளவில் தேர் செய்து அந்த கீ செயினில் இணைச்சுடலாம்" என்றார் கோபாலகிருஷ்ணன்.

"தேர் எவ்வளவு பெரிசு! அதை இத்தனூண்டு செய்து கொடுத்தால் நல்லாயிருக்குமா?"

"பெரிய யானையைச் சின்னதா செஞ்சு பார்க்கணும். சின்ன எறும்பைப் பெரிய சைஸில் செஞ்சு பார்க்கணும். அதில் தான் தமாஷே இருக்கு'' என்றார் புள்ளி.

"ஸிக்கோ வாச் கம்பெனியிடம் சொன்னா அந்தத் தேர் சின்னத்துக்குப் பின்னால் அதே சைஸ்ல ஒரு கடிகாரம் செய்து பிக்ஸ் பண்ணிடுவாங்க. இந்தியா - ஜப்பான் கலாசார உறவுக்கு அது ஒரு பொருத்தமான அடையாளமா இருக்கும்!" என்று யோசனை கூறினார் நன்னன்.

"ரொம்ப நல்ல யோசனை! ஒன்றே சொன்னார் நன்னன். அதுவும் நன்றே சொன்னார் மன்னன் " என்றார் தமிழ்ப்புலவர் ஷோஜோ !

இரவு பூரா பென்னட் கண் விழித்து வேலைகளில் தீவிரமாக ஈடுபட்டிருந்தான். ஏலெக்ட்ரானிக் விவகாரங்களில் அவன் ஒரு புலி!

ஜார்ஜ் நிலையில்லாமல் உறங்கினான்.

மறுநாள் காலையில் எழுந்தபோது பென்னட்டைக் காண வில்லை. அவன் காரையும் காணவில்லை.

மேஜையைப் பார்த்தபோது பாதிக் கருவிகளையும் காணவில்லை.

மிக முக்கிய வேலையாக வெளியே போயிருக்கிறான் என்பது ஜார்ஜுக்குத் தெரியும். பத்து மணி வரை குழம்பிய நிலையில் இருந்தவன், தன்னை மறந்து சின்ன தூக்கம் வர, மீண்டும் தூங்கி விட்டான். 'ஜார்ஜ் ஜார்ஜ்' என்று கூவிய குரல் அவனை எழுப்பியது.

தட்டுத் தடுமாறி, "எஸ்! பென்னட்!" என்றான். பார்வை பென்னட் கையில் இருந்த காமிரா மீது விழுந்தது.

"நல்லாத் தூங்கறியே! தூங்கக்கூடிய நேரமா இது? வா உள்ளே!"

அடுத்த அறையில் போய் உட்கார்ந்தார்கள்.

"நேத்து என்னவோ சொன்னியே, யாரு அது அவன் பேரென்ன? புல்லியா?"

'புல்லி இல்லே! புள்ளி! இண்டியன் நேம். கொஞ்சம் நாக்கை அழுத்தணும்"

"ஓகே, ஓகே! அவனைப் பத்தி என்ன சொன்னே? தேர் மேல ஏறி போட்டோ எடுக்கப் போறான் இல்லே?"

"ஆமாம்!"

"இப்ப ஒரு தந்திரம் செய்யணும்!"

"சொல்லுங்க பாஸ்?"

"இந்த காமிராவை அவன் கையில் கொடுத்துட்டாப் போதும்."

ஜார்ஜின் வாய் மூடியது.

"கவலைப்படாதே! ஈஸி! 'இந்தக் காமிராவிலே பிரமுகர்களை போட்டோ எடுத்துக் கொடுங்க; நான் ஊருக்குக் கொண்டு போகணும்னு சொல்லு''

"எதுக்குன்னு கேட்பானே?"

"பாரிஸ்ல லூர் மியூஸியத்தில் வைக்கப் போறோம். நோபல் பரிசு கொடுப்பாங்கன்னு தைரியமா அடிச்சு விடு!" என்றான் பென்னட்.

''நம்புவானா?"

"அதுலதான் உன் திறமையே இருக்கு! போட்டோவில பிரெஞ்சு பிரஸிடெண்ட் கட்டாயமா இருக்கணும். அவர் இருந்தாத்தான் பரிசு கிடைக்கும்னு சொல்லு."

''எஸ் பாஸ்! அந்தப் புள்ளி அவன் காமிராவிலயே எடுக்கறேன்னு சொல்லிட்டா?"

''இந்தக் காமிரா ரொம்ப உயர்ந்த காமிரா. லேட்டஸ்ட்னு. சொல்லு!"

"ஓகே பாஸ்!" காமிராவை ஆர்வத்தோடு சோதித்துப் பார்த்தான் ஜார்ஜ். அதில் நிறைய சூட்சுமங்கள் தெரிந்தன.

"பாஸ்! அவனாலே இதைப் புரிஞ்சுக்க முடியுமா?"

"ஒண்ணுமே வேண்டாம்! இதோ பார்!"

பென்னட் எதையோ மெல்லிசாகத்தொட 'லபக்' என்று வியூ - பைன்டர் மேலே எகிறியது.

அதில் அழகாக அந்த அறைக் காட்சிகள் தெரிந்தன.

"இதை வச்சு சாதாரணமா ஃபோகஸ் செய்தாப் போதும். அப்படியே பரிகரை அழுத்தச் சொல்லு! எல்லாம் சரியாப் போயிடும்!"

ஜார்ஜ் காமிரா முகப்பைப் பார்த்தான். சாதுவாக ஒரு லென்ஸ் நீலத்தில் சிரித்தது.

சுற்றி வர வளையத்தில் எண்கள் பொறிக்கப்பட்டிருந்தன.

"பாஸ்!" என்றான்.

''ரொம்பக் கேட்காதே! ட்ரிகரை அழுத்தினா லென்ஸ் விலகும். ஒரு புல்லட் உஸ்னு கிளம்பி பிரெஞ்சு பிரஸிடெண்டைப் போய்த் தாக்கும்!"

"ஐயோ பென்னட்! அந்த இண்டியன் ஒரு மக்கு அவ்வளவு துல்லியமா பிரஸிடெண்டை ஃபோகஸ் பண்ணத் தெரியாது அவனுக்கு''

விமான இறக்கையில் பளிச்சிடுவது போல், பென்னட்டின் கண்களில் ஒரு வெளிச்சம் அடித்தது.

''ஜார்ஜ்! இவ்வளவுதான் நீ என்னைப் புரிஞ்சுக்கிட்டதா இது என்ன சாதாரண காமிராவா?"

ஜாஜ் அசடாக விழித்தான்.

''பிரெஞ்சு பிரஸிடெண்ட் உருவத்தை காமிரா மெமரியிலே பதிச்சு வச்சிருக்கேன்! பிரஸிடெண்ட் நிற்கிற இடத்தை நோக்கி காமிராவைச் சும்மாத் திருப்பி விசையை அமுக்கினாப் போதும். பிரஸிடெண்டை இந்தக் காமிரா முதல்லே அடையாளம் கண்டு பிடிச்சுக்கும்! உள்ளே உடனே எலெக்ட்ரானிக் மாயங்கள் நடந்து, ஒரு ரகசிய துப்பாக்கிக் குழல் தானாக இலக்கை நோக்கித் திரும்பி நிற்கும். அடுத்த கணம் புல்லெட் ஒண்ணு சத்தம் போடாமல் கிளம்பி பிரஸிடெண்ட்டைத் தாக்கும்!"

ஜார்ஜ் வாயைப் பிளந்தான்.

"விஷயம் என்ன நடந்ததுன்னு தெரியறதுக்குள்ளே பத்து நிமிடம் ஆயிடும்! அதுக்குள்ளே நாம்ப ஹாங்காங் பறந்துடலாம்!"

"ஓகே"

''இப்பவே போய் புள்ளிகிட்டே இதைக் கொடுத்துட்டு வா ! அங்கே எதாவது பொண்ணுகிட்டே பல் இளிக்காதே!"

ஜார்ஜ் கின்ஸா டயாக்சி ஓட்டலை அடைந்தபோது மணி ஆறு.

இந்தியக் குழுவினர் அங்கே நான்கு அறைகளில் தங்கி இருந்தார்கள்.

அவர்களில் ஒருவர் புள்ளி என்று புரிந்துவிட்டது!

கையில் புது 'கேனன்' காமிராவுடன் வராந்தாவில் உலாவியபடி, தண்ணீர்த் தொட்டியை மாட்டுக்குக் காண்பிப்பது போல் டோக்கியோவைத் தன் காமிராவுக்குக் காட்டிக் கொண்டிருந்தார் புள்ளி.

"மிஸ்டர் புள்ளி "

பத்து நிமிடத்தில் பேசி முடித்தார்கள்.

புள்ளி சந்தோஷமாய்ச் சிரித்தார்.

ஜார்ஜ் காமிராவை உறையோடு புள்ளியிடம் கொடுத்து விட்டுத் திரும்பியபோது ஒரு அறையின் கதவு திறந்து கொள்ள, அதிலிருந்து கணபதி ஸ்தபதி வெளியே வந்தார்!

அடுத்து, உள்ளேயிருந்து வந்த குரல் ஜார்ஜை உலுக்கியது.

ஜார்ஜின் காதலி டயட் ஆபீஸ் கிஜிமாவின் குரல் அது!

அந்தக் கணமே பரபரப்பாக கண்களைத் திருப்பி 'எங்கே மறையா?' என்று யோசித்தான்.

நாலு எட்டில் வேக நடை போட்டு எதிரே இருந்த அறைக்குள் புகுந்தான்.

கதவு பின்னால் மூடிக்கொள்ள, அவன் பார்வை மெள்ள மெள்ள உள்ளே மந்த வெளிச்சத்தில் காட்சியைப் புரிந்து கொண்டது.

அந்தக் கணமே முதுகுத் தண்டில் கார்ரென்று குளிர் ஏறியது.

அங்கே தென்பட்டவள் ஷாமாசிச்சி : அந்த கெய்ஷாப் பெண்!

10

''அஞ்சு மணிக்கு ஏர் இண்டியா விமானம் வருதாம். கலைஞரை வரவேற்க 'நரிடா' போகணுமே! எல்லாரும் புறப்படுங்க" என்று இரண்டு மணிக்கே அவசரப்படுத்தினார் விழாவேந்தன்.

"கோபாலகிருஷ்ணனும், அரசு உயர் அதிகாரிகளும், சக்ரவர்த்தியின் அந்தரங்கச் செயலர் யோஷினாரியும் இப்பவே புறப்பட்டுப் போறாங்க. சேர்ந்தாப்ல அம்பது கார் போகப் போகுதாம்" என்றார் நன்னன்.

"நாமகிரிப்பேட்டை ?"

"அவங்களுக்கு ஸ்பெஷலா டொயோட்டா வேன் போகுது!"

"டோக்கியோவே வெறிச்சினு ஆயிட்ட மாதிரி இருக்கே! அவ்வளவு பேருமா ஏர்போர்ட் போறாங்க?' என்று கேட்டார் மனோரமா.

"ஹமாமட்ஸ் ஸ்டேஷன்லேருந்து நாடா ஏர்போர்ட்டுக்கு நிமிஷத்துக்கு ஒரு ரயில் போயிட்டிருக்காம், தமிழ் நாட்டிலிருந்து ஏகப்பட்ட பேர் வரதால அவங்களை ஸிடியில் கொண்டு விடறதுக்கு ஜே.என். ரயில்வே ஸ்பெஷல் ஏற்பாடு!" என்றார் புள்ளி.

''தேரும் வள்ளுவர் சிலையும் அற்புதமா அமைஞ்சு போச்சு. அடாடா! வள்ளுவர் கழுத்தில் முத்துமாலையைப் பார்த்தீங்களா? கண் கொள்ளாக் காட்சி! மகாராணி கொடுத்தாங் களாம். ஒவ்வொரு முத்தும் நம்ப விழாவேந்தன் கண் மாதிரி பெரிசு பெரிசா அழகா இருக்கு!" என்றார் மனோரமா.

"அடாடா, முத்துக்களின் அழகே அழகு! அடக்கமா , அமைதியா, ஒளி வீசறதைப் பாக்கிறப்ப நிறைகுடமா, பெருந் தன்மையா உள்ள பெரிய மனிதர்களைப் பாக்கிற மாதிரி இருக்கு" என்றார் நன்னன்.

"இந்த வள்ளுவருக்கு முத்துமாலை போட்டிருப்பதைக் கண்டால் கலைஞர் ரொம்ப சந்தோஷப்படுவார்!"

கலைஞரைப் பார்க்கிறப்ப வள்ளுவர் என்ன செய்வார் சொல்லுங்க, பார்க்கலாம்!"

"என்ன செய்வார்?"

"இவ்வளவு பெருமையும் எனக்கு உங்களால்தான் என்று சொல்லி தன் கழுத்திலுள்ள முத்துமாலையைக் கழற்றி கலைஞர் கழுத்திலே போட்டுருவார்" என்றார் நன்னன்.

"ஒன்று சொன்னாலும் நன்றே சொல்கிறார் நன்னன்" என்று சிரித்தார் ஷோஜோ.

விமான கூடத்தில் நாமகிரிப்பேட்டை நாதஸ்வர இசை. முழக்கத்துடன் கலைஞரை வரவேற்கப் பெரும் கூட்டம் கூடியிருந்தது. ஒவ்வொருவராய் மாலை போட்டு முடிய ஒரு மணி நேரமாயிற்று. யோஷினாரி, கோபாலகிருஷ்ணன், கலைஞர் மூவரும் மகாராஜா அனுப்பியிருந்த கப்பல் போன்ற காரில் ஏறிக் கொண்டார்கள்.

தயாளு அம்மாளுக்கும் ராஜாத்தி அம்மாளுக்கும் தனித் தனிக் கார்கள் வந்திருந்தன. அவர்களிருவரையும் மனோரமாவும் மகாராணியின் அந்தரங்கச் செயலாளரும் வரவேற்று மாலை போட்டு அரண்மனைக்கு அழைத்துச் சென்றனர். அவர்களைத் தொடர்ந்து ஐம்பது அறுபது கார்கள் ஒன்றன்பின் ஒன்றாய்ச் சங்கிலித் தொடர் போல் சென்றன.

"கபூகிஸா தியேட்டர்ல ராஜாத்தி அம்மாதான் கலைவிழா நிகழ்ச்சியைத் தொடங்கி வைக்கப் போறாங்க." என்று பெருமையோடு சொன்னார் மனோரமா.

விமானகூடத்தில் தமிழர்களும். ஜப்பானியரும் வெளி நாட்டவரும் திரிவேணி சங்கமம் போல் கூடியிருந்தார்கள்.

ஜப்பானியப் பெண்களில் சிலர் தங்கள் குழந்தைகளை முதுகிலே சுமந்துகொண்டு நாமகிரிப்பேட்டையின் நாதசுர இசையை ரசித்துக் கொண்டிருந்தனர்.

"இந்த ஜப்பானியப் பெண்கள் குழந்தைகளைப் பத்து மாசம் வயிற்றிலே சுமக்கிறார்கள். பெற்றெடுத்தபின் முதுகிலே சுமக்கிறார்கள்!" என்றார் புள்ளி சுப்புடு.

தவில் வாத்தியக்காரர்கள் ஆவேசமாக மாறிமாறி முழங்கிக் கொண்டிருந்தார்கள்.

"இந்த தவிலைப் பாக்கறப்போ கலைஞரின் பேச்சு தான் எனக்கு ஞாபகத்துக்கு வருது" என்றார் நன்னன்.

"அதென்ன பேச்சு ? சொல்லுங்க" என்று கேட்டார் புள்ளி.

"குழந்தையை அடித்தால், அது அழும். எதிரி ஒருவனை அடித்தால். அவன் குமுறுவான். கொந்தளிப்பான், திருப்பி அடிப்பான். ஆனால் இந்த தவில் இருக்கிறதே, அதை அடித்தால் அடிக்கிறாயே!' என்று அழுவதுமில்லை. கோபித்துக் கொள்வது மில்லை. அது தன் கோபத்தை நாதமாக வெளிப்படுத்தி நம்மை மகிழ்விக்கிறது. தீங்கு செய்யப்படுகிற நேரத்திலே அந்தத் தீங்கையும் நன்மையாகக் கருதி மற்றவர்களுக்கு நாதமாகப் பொழிகின்ற தவிலைப்போல் நாமும் ஏன் இருக்கக் கூடாது என்கிற உணர்வு நமக்கெல்லாம் உண்டாக வேண்டும் என்று பேசியிருக்கிறார்" என்றார் நன்னன்.

"அருமையான கருத்து!" என்றார் புள்ளி.

அன்று இரவு இம்பீரியல் பாலஸில் கலைஞருக்கும் அவர் குடும்பத்தைச் சேர்ந்தவர்களுக்கும் நல்லி குப்புசாமி, ஏ. நடராஜன் (டி.வி.) போன்ற தமிழ்நாட்டுப் பிரமுகர்களுக்கும், கலைக் குழுவினருக்கும் மட்டும் மகாராஜாவும் மகாராணியும் தமிழ்நாட்டுப் பாணியிலேயே, வாழை இலை போட்டு, வடை பாயசத்தோடு விருந்து அளித்தார்கள்.

"அடாடா, நம்ம தேர், நம்ம திருவிழா, நம்ம நாதசுரம், நம்ம சங்கீதம், நம்ம வாழை இலை, நம்ம சாப்பாடு. நம்ம திருவள்ளுவர் வெளிநாட்டில் இருக்கிற நினைவே நமக்கெல்லாம் இல்லை" என்றார் புள்ளி.

"ஒரு சின்ன திருத்தம்" என்றார் நன்னன்.

"என்ன அது?"

"திருவள்ளுவர் மட்டும் நம்ம திருவள்ளுவர் இல்லை. அவர் உலகத்தின் பொதுச் சொத்து!"

"வாழை இலை கூட நம்முடையதில்லை. மலேசியாவிலிருந்து வந்தது'' என்று விழாவேந்தன் ஜோக் அடித்தார்!

மறுநாள் காலை குறித்த நேரத்தில் விழா ஆரம்பமாயிற்று. மாடிகள், மொட்டை மாடிகள் எங்கு பார்த்தாலும் ஒரே தலை மயம்தான்.

அந்த ஜன சமுத்திரத்துக்கு நடுவே வள்ளுவர் கோட்டத் தேர் அழகாக, அலங்காரமாக, கம்பீரமாக புதுக் கவர்ச்சியோடு நின்றுகொண்டிருந்தது. நடுவே வள்ளுவர் சப்பணம் கட்டி விற்றிருந்தார். தமிழ்நாட்டுக் கலைஞர்கள் பல பேர் தேர்த் தட்டில் ஏறி நின்றுகொண்டிருந்தனர். அவர்களுக்கு இடையே புள்ளி சுப்புடுவும், பரத நாட்டியப் பெண்களும் கிமோனோ அணிந்த கெய்ஷாப் பெண்களும் மூலைக்கு ஒருவராய் நின்று கொண்டிருந்தனர்.

திருமதி மணிகிருஷ்ணசாமி தம் இனிய குரலில் இறை வணக்கம் பாட, திருமதி தயாளு அம்மாள் குத்துவிளக்கு ஏற்றி வைக்க, நாமகிரிப்பேட்டையார் மங்கள வாத்தியம் இசைக்க, விழா ஜாம் ஜாம் என்று ஆரம்பமாயிற்று. பார்க்குமிடமெல்லாம் டி.வி. காமிராக்கள்!

முதலில் இந்தியன் வங்கி சேர்மன் கோபாலகிருஷ்ணன் பேசத் தொடங்கினார் :

"தமிழக முதல்வர் டாக்டர் கலைஞர் அவர்களே, சக்ரவர்த்தி அவர்களே, மகாராணி அவர்களே, ஜப்பானியப் பிரதமர் அவர்களே மற்றும் இங்கே கூடியுள்ள அயல் நாட்டு அதிபர்களே, பிரமுகர்களே, பத்திரிகையாளர்களே உங்கள் எல்லோரையும் இங்கே வரவேற்பதில் மட்டற்ற மகிழ்ச்சி அடைகிறேன்.

எங்கள் தமிழ்நாட்டில் பல கோயில்களில் தேர் உண்டென்றாலும் திருவாரூரில் நடைபெறும் தேரோட்டம் தான் மிகப் பிரபலமானது. அங்கெல்லாம் ஆலயங்களிலுள்ள உற்சவ மூர்த்தி களைத்தான் தேரில் வைத்து வீதி வலம் வருவார்கள். திரு விழாவையொட்டி நடைபெறும் கலை நிகழ்ச்சிகளைக் காண ஏராளமான பேர் வெளியூர்களிலிருந்து வந்து கூடுவார்கள். தேர்த் திருவிழா என்றாலே கூட்டம் என்றுதான் பொருள் இப்போதெல்லாம்

தமிழகத்தில் கலைஞர் பேசுகிறார் என்றால் தான் தேர்த் திருவிழாக் கூட்டம் கூடுகிறது. ஜப்பானிலும். அடிக்கடி இம்மாதிரியான தேர் உற்சவங்கள் நடப்பதாகக் கேள்விப்படுகிறேன். இந் நாட்டில் தேரை வடம் பிடித்து இழுப்பதற்குப் பதிலாக மனிதர்களே சுமந்து செல்வது வழக்கமாம். இந்த விழாவுக்கு வெளிநாடுகளிலிருந்தெல்லாம் லட்சக்கணக்கான பேர் வந்து கூடியிருக்கிறீர்கள்.

வள்ளுவர் எல்லா நாட்டுக்கும் பொதுவானவர். அவருடைய குறள்கள் வேதங்கள் போன்றவை. உலக மக்களின் வாழ்க்கை நெறிமுறைகளை ஈரடிகளில் வகுத்துக் கொடுத்த பெரும் புலவர் வள்ளுவர். அவருக்கு இங்கே நடை பெற்று வரும் விழாவைக் காணும் போது 'தமிழனென்று சொல்லடா! தலை நிமிர்ந்து நில்லடா!' என்ற நாமக்கல் கவிஞரின் பாடல் தான் நினைவுக்கு வருகிறது.

பாரதிதாசன், நாமக்கல் கவிஞர் போன்ற தமிழகக் கவிஞர்களை கௌரவப்படுத்தும் வகையில் அவர்கள் பெயரால் கட்டடங்களுக்குப் பெயர் சூட்டுவது, அவர்கள் குடும்பத்தாருக்கு நிதி அளிப்பது போன்ற செயற்கரிய செயல்கள் புரிந்து வரும் தமிழக முதல்வர் டாக்டர் கலைஞர் அவர்களை இப்போது இந்த உலகமகாக் கவிஞர் விழாவைத் தொடங்கி வைக்குமாறு கேட்டுக் கொள்கிறேன்.''

அடுத்தாற்போல் கலைஞர் எழுந்து பேசத் தொடங்கினார். அவர் தோளில் போட்டிருந்த நீண்ட அங்கவஸ்திரம் முதுகுப் பக்கமாகப் போய் இடது கை மணிக்கட்டு வழியாக மேலே வந்து முடிந்திருப்பதை சக்ரவர்த்தி அவர்கள் சற்று நேரம் விநோதமாய்ப் பார்த்துக் கொண்டிருந்தார்.

"தமிழ்நாட்டில் இப்படித்தான் எல்லாரும் அங்கவஸ்திரம் அணிவார்களா?' என்று அவர் அருகிலிருந்த கோபாலகிருஷ்ணனைக் கேட்க, "இல்லை. வ.உ.சி., வள்ளுவர், காமராஜ், அண்ணா , ராஜாஜி இப்படி ஒவ்வொருத்தருக்கும் ஒரு தனி ஸ்டைல்!" என்றார் கோபாலகிருஷ்ணன்.

கலைஞர் எழுந்து பேசத் தொடங்கினார் :

கலைஞர் உரை

திருமணத்தை வாஷிங்டனிலும், தெப்பத் திருவிழாவை ஜப்பானிலும் நடத்திக் காட்டி நகைச்சுவை வெள்ளத்தில் தமிழ் மக்களை மூழ்கடித்து எனது இனிய நண்பர் எழுத்தாளர் சாவி அவர்கள்:

இதோ தேரோட்டத்தை மீண்டும் ஜப்பானில் நடத்துகிறேன் வாரீர் என்று தமிழகப் பிரமுகர்கள் பலரை அழைத்துவந்து மட்டுமல்ல; என்னையும் வருக என வலியுருத்தி வரவழைத்துக் கனவுலகில் சஞ்சரிக்க விட்டுவிட்டார். ஐரோப்பா காண்டத்தில் மேற்கு ஜெர்மனி, இத்தாலி, பிரான்சு, சுவிஸ் முதலிய நாடுகளுக்கும் இங்கிலாந்துக்கும் ஒருமுறை சென்று வந்தேன். பாரிசில் நடைபெற்ற மூன்றாம் உலகத் தமிழ் மா நாட்டையும் தொடங்கிவைத்து உரையாற்றினேன். அடுத்து ஒருமுறை அமெரிக்க அரசின் அழைப்பை ஏற்றுச் சென்றபோது என் கண்ணுக்கும் சிகிச்சை பெற்றுத் திரும்பினேன். கோலாலம்பூரில் நடைபெற்ற உலகத் தமிழ் மா நாட்டுக்கு ஒரு நாள் பயணமாகச் சென்று வந்தேன். உண்மையாகவே நான் செய்த அந்தப் பயணங்களைவிட இன்று ஜப்பானுக்கு வந்துள்ள இந்தக் ''கற்பனைப் பயணம்'' இனிமையாகவே இருக்கிறது.
''வடம்பிடிக்க வாங்க ஜப்பானுக்கு'' என்று சாவி எங்களிடம் அடம் பிடித்து என்னை அழைத்து வந்துவிட்டார். எனக்கு முன்னால் ஜப்பானுக்கு வந்துள்ள தமிழ்ப் பிரமுகர்களை விசாரித்து விபரங்களை அறிந்து கொண்டேன். தமிழகத்திலிருந்து கொண்டுவந்த சமையல் பொருள்களைக் கொண்டு சாம்பார் மணம், தங்களுக்கு இடம் கொடுத்த சீமாட்டிக்குத் தெரிந்துவிட்டால் விரட்டி விடுவாள் என்று பயந்திருக்க்கிறீர்கள். அதனால் சாம்பார் வாசனை வெளியே பரவாமல் விசிறிகொண்டு வேறு பக்கமாகத் திறத்தியிருக்கிறார்கள். ஊதுவத்தி கொளுத்தி வைத்து சாம்பார் வாசனையை மறைத்திருக்கிறார்கள். இந்த நிகழ்ச்சியை அவர்கள் சொன்னபோது, என் நினைவு 1953-ஆம் ஆண்டு திருச்சி போராட்டத்தில் தண்டவாளத்தில் தலைவைத்துப் படுத்ததற்காக ஆறுமாதக் கடுங்காவல் தண்டனை பெற்று திருச்சி சிறையில் இருந்தபோது அடைக்கலம் என்ற ஒரு கைதி ஒரு துண்டு கருவாடு எப்படியோ கொண்டு வந்து எங்களிடம் கொடுத்தார். அதை நெருப்பில் சுட்டுச் சாப்பிட வேண்டுமென்று நாவில் நீர் ஊறிற்று! சுட்டால் வாசனை வருமே! சிறைக் காவலர் வந்து விடுவார்களே என்று பயம்! அதனால் என்னுடன் இருந்த நாலைந்து பேரை பீடி புகைக்கச் சொல்லி அந்த புகை மண்டலத்துக்குள் கருவாட்டைச்

சுடும் வாசனையை மறைத்து, அந்தத் துண்டுக் கருவாட்டை நாலைந்து பேரும் சுவைத்துத் தின்று மகிழ்ந்தோம். ஜப்பானில் சாவி குழிவினர் சாம்பர் வைத்திடக் கையாண்ட தந்திரம் எனக்குத் திருச்சி சிறையை நினைவூட்டியது வியப்பில்லை அல்லவா

இந்த தேரோட்டத்திற்கு என்னை ஏன் அழைத்தார்கள் ஓடாமல் கிடந்த திருவாரூர் தேரை ஓட்டினேன் என்பதற்காக இருக்கலாம் ! திருவாரூர் தேர் போலவே வள்ளுவர் கோட்டத்தைச் சென்னையில் அமைத்தேன் என்பதற்காக இருக்கலாம்! அதன் திறப்பு விழாவுக்கு எமர்ஜன்சி காலத்தில் என்னை அழைக்க்க் கூட இல்லை என்பதற்காக உருகி எழுதியவர் சாவி அல்லவா! அதனாலும் இருக்கலாம்! அண்மையில் அவி நாசியில் எரிந்துவிட்ட தேரை மீண்டும் உருவாக்கிட முயற்சி எடுத்துள்ள ஆட்சியல்லவா இது! அதன் காரணமாகவும் இருக்கலாம்!

தேர்; சங்க காலம் முதலாக தமிழர்கள் நெஞ்சில் பதிந்த ஒன்று!

படர்வதற்கும் கொம்பின்றித் தவித்த முல்லைக்கொடி, பாரிமன்ன் தேர் மீதல்லவா படர்ந்து மணம் பரப்பியது!

கன்றினைத் தேர் விட்டுக் கொன்றான் மகன் என்று அந்த மகனைத் தேர்க்காலில் இட்டுக் கொல்ல முனைந்த மனு நீதிச் சோழன் கதையில் தேர்தானே முக்கிய பங்கு வகிக்கிறது!

ஜப்பானில் ஓட இருக்கும் சாவியின் தேரில் சாமிகள் எதுவும் இல்லை; சான்றாண்மை யுறைத்திட்ட வள்ளுவன் இருக்கிறான் என்பதறிய இதயம் பூரிக்கின்றது!

தேரினை அதன் நிழல் தொடர்வது போல இந்தத் தேரோட்டக் கதையில் “யாரோஒருவன்” என்ற அதிர்ச்சிக் கதையும் தொடருமாறு செய்திருப்பதுதான் திரு. சாவி அவர்களின் தலைசிறந்த உத்தியாகும்!

வள்ளுவனின் உருவம் அமர்ந்துள்ள தேர் நகர ஆரம்பிக்கட்டும் – சூழ்ச்சிகள் தேர்ச்சக்கரத்தில் சிக்கிச் சிதறட்டும் – வள்ளுவன் புகழ் இந்த வையமெல்லாம் ! நான் காணும் இந்த இன்பக் கனவு நினைவாகட்டும்! வணக்கம் ! நன்றி!

"ஓ! இவள் அந்த கெய்ஷாப்பெண், ஷூ மாசிச்சி அல்லவா? இவளைத்தானே தேடிக்கொண்டிருந்தோம். அன்று வீட்டில் இல்லாமல் போனவள் இங்கே வந்து, என்ன செய்கிறாள்?"

அமெரிக்கப் பெண் போல் ஜீன்ஸ்ஷர்ட் சகிதம் இருந்தாள். ஷர்ட் தொளதொள்! வியப்புகாட்டி நிமிர்ந்தபோது அவளது இரு மார்பகங்களும் ஷர்ட்டை முட்டிக்கொண்டு ஜார்ஜைப் பார்த்தன!

"ஓ! நீ இங்கேதான் ஒளிந்து கொண்டிருக்கிறாயா?" என்றான் தவித்துக்கொண்டு.

"ஒளிந்திருக்கிறேனா ஏன் அப்படிச் சொல்றீங்க?' என்றாள் ஷூ மாசிச்சி.

"உன்னைத் தேடி பலமுறை வீட்டுக்குப் போனேன்!'

"எதுக்கு?"

"சும்மாத்தான் "

"நான் இங்கே வந்தாச்சு, பரதநாட்டியம் கத்துக்க!"

"பரத நாட்டியமா! இங்கேயா?"

"ஆமாம், தமிழ்நாட்டுப் பெண்கள் இங்கேதான் வந்திருக்காங்க! கபூகிஸா தியேட்டர்ல டான்ஸ் ஆடப் போறாங்க!"

"அப்படியா அது வேற உண்டா !"

"ஆமாம்; நீங்க எப்படி இந்த ரூமுக்குள்ளே வந்தீங்க?"

"நீங்க இங்கே இருப்பீங்கன்னு தெரியும். வந்துட்டேன் "

"எப்படித் தெரியும்?"

"கீழே ரிஸப்ஷன்லே விசாரிச்சேன். சொன்னாங்க."

"ஓ! அப்படிக் கண்டுபிடிச்சீங்களா?"

அவன் போன பிறகு அவள் ஹோட்டல் மானேஜரின் பிரத்யேக நம்பரைக் கூப்பிட்டாள் .

"அகியோ! நான் இங்கே இருப்பது யாருக்கும் தெரியா தில்லே ?''

''தெரியாது; எல்லாச் சிப்பந்திகளிட்டேயும் சொல்லி வச்சிருக்கோம், யாரிடமும் எதுவும் சொல்லக் கூடாது என்று. ஒருத்தருக்கும் தெரியாது."

"ஆமாம். தெரியக்கூடாது" என்று ஒரு உத்தரவு போல் சொன்னாள் ஷூ மாசிச்சி.

அதே நேரம், 'ஓ. ஜார்ஜ். நீ என்னை ஏமாற்றுகிறாயா? உனக்குக் குறைந்த அறிவாளி அல்ல நான்!' என்று நினைத்த வளாய் அரசாங்க ரகசிய இலாகா நம்பரைச் சுழற்றி, அவர்களிடம் சில தகவல்களைச் சொன்னாள்.

தேர்த் திருவிழாவுக்கு இவ்வளவு கூட்டத்தை யாருமே எதிர்பார்க்கவில்லை.

ஒரு தென்னிந்தியக் கோயில் போல் தூரத்தில் தேர் தெரிந்தது.

பென்னட் நிதானத்துடன் கூட்டத்தில் நெம்பி நெம்பி முன்னே போய்க்கொண்டிருக்க, ஒரு எச்சரிக்கையான தூரத்தில் ஜார்ஜ் முன்னேறிக் கொண்டிருந்தான்,

சற்றுத் தொலைவிலேயே ஓரிடத்தில் நின்று கொண்டு பைனாகுலரை எடுத்துத் தேரை நோக்கினான். ஒரு 'ஸர்வே' போல் நுணுக்கமாய்ப் பார்த்தான்.

தேர் ஒரு வர்ணக் கலவையாக இருந்தது. அதன் நாலு பக்கங்களிலும் பெரிய பெரிய தொம்பைகள் யானையின் துதிக்கை போல் ஆடிக்கொண்டிருந்தன!

தேர்த்தட்டில் நிறைய இந்தியர்கள் நின்றார்கள். உற்றுப் பார்த்தபோது புள்ளி சுப்புடு கையும் காமிராவுமாகத் தென்பட்டார்.

இடது தோளில் இன்னொரு காமிரா தெரிந்தது. அது தான் பென்னட் கொடுத்த காமிரா.

ஜார்ஜாக்கு மகிழ்ச்சி ஏற்பட, அடுத்தகணமே அது மறைந்து ஒரு திகைப்பு ஏற்பட்டது!

அது யார், இந்தியப் பெண் உடையில்? தேர்த்தட்டின் நான்கு பக்கங்களிலும் நான்கு பெண்கள் நின்றார்கள். முன் பக்கம் இடது முலையில் நிற்பவள் யார்? ஷூ மாசிச்சியா! ஆம்; அவளேதான்! மூக்கும் முழியும் நன்றாகத் தெரிகிறதே!

சடங்குகள் துரிதமாக நடந்தன.

அதிர்வேட்டுகள் முழங்கின. பிரமுகர்கள் பேசினார்கள் ! தேர் இழுப்பதற்குத் தயாராகிவிட்டது.

கலைஞர் பேசி முடிந்ததும் விழா வேந்தன் பச்சைக் கொடி காட்ட வேண்டியதுதான் பாக்கி. கூட்டம் அந்த நிகழ்ச்சிக்காக ஆவலுடன் காத்திருந்தது. இன்னும் கொஞ்ச நேரத்தில் கொடி அசையப் போகிறது! தேர் நகரப் போகிறது!

புள்ளி தேர்த்தட்டு விளிம்பில் வந்து நின்று கீழே நிற்கும் அதிபர்களையும், கூட்டத்தையும் போட்டோ எடுத்துக்கொண் டிருந்தார்.

பிரமுகர்களில் பிரெஞ்ச் பிரசிடென்ட் க்ரே கலர் சூட் அணிந்து நடுநாயகமாகத் தெரிந்தார். மற்ற நாட்டுத் தலைவர் களும் அதே அணியில் அமர்ந்திருந்தார்கள்.

''புள்ளி எப்போது மற்றொரு காமிராவை எடுத்து பிரமுகர்களைச் சுடப் போகிறான்?' பென்னட் தவித்தான்!

ஷூ மாசிச்சி இந்தியப் பெண்களைப்போல் உடை அணிந்து நடனமாடத் தயாராயிருந்தாள்.

அவள் கண்கள் நாலா பக்கமும் வீசின.

வலது ஓரம் தூரத்தில் சிவப்பு நிறப் பாண்ட்டின் மீது அவள் குறி! அந்த பாண்ட்டை அணிந்திருப்பவன் யுமாட்டா.

ஜப்பானின் ரகசிய இலாகாவின் ஆர்.டி. என்ற பிரிவின் தலைவன்.

"ஷூ மாசிச்சி ! எதாவது சந்தேகமாத் தெரியுதா?" என்று கேட்டான் மாட்டா தனது வொயர் லெஸ் மூலம்!

ஷூ மாசிச்சி காதில் ரகசியமாகச் சிறு கருவி பொருத்தப் பட்டிருந்தது. அவள் மார்புத் துணியோடு சின்ன மைக் ஒன்றும் ஒட்டியிருந்தது. அவள் பதில் சொன்னாள்:

"யுமாட்டாஸான் இதுவரைக்கும் ஒன்றும் தெரியலையே!"

"தேர்த்தட்டிலே கவனிச்சியா!"

''கவனிச்சேன். எல்லாரும் இந்தியர்கள் தான்!"

''எல்லோரும் விழாவுக்கு வந்திருப்பவர்கள் தானே? வேற்று முகம் இருக்கிறதா?"

''இல்லை!''

"அது யாரு! எவனோ ஒரு இந்தியன் கையிலே காமிராவோட கண்டதையெல்லாம் படம் எடுக்கிறானே!"

"அவன் இந்திய கோஷ்டி ஆள் தான். அமெச்சூர் காமிராக்காரன்!"

" அவனிடம் இன்னொரு காமிரா இருக்குதே, பார்த்தாயா?"

ஷூ மாசிச்சி நாட்டிய பாவனையில் முகத்தைத் திருப்பிக் கண்ணோட்டமிட்டாள்.

"ஆமாம்; இரண்டாவது காமிரா தெரிகிறது. அது ஏது அவனிடம்! "

ஓட்டல் அறையில் அவன் ஒரே ஒரு 'கானன்' காமிராவை மட்டும் வைத்துக்கொண்டு அலைந்தது அவளுக்குத் தெரியும்!

இரண்டாவது காமிரா அவனிடம் எப்படி, எப்போது வந்தது?

காமிராவை உற்றுப் பார்த்தாள். ஒரு ஓரத்தில் 'மினால்டா' என்று போட்டிருந்தது.

மினால்டா காமிரா வகைகள் அத்தனையும் அவள் பார்த்திருக்கிறாள். அத்தனையும் அவளுக்கு அத்துபடி!

ஆனால், இது போன்று ஒரு விசித்திரமான காமிராவைப் பார்த்ததில்லை.

புள்ளி கனஜோராக வளைய வந்தார். கலர்ப் படங்களை இஷ்டத்துக்கு எடுத்துக் கொண்டிருந்தார்!

ஒவ்வொரு முறை எடுத்த பிறகும் அவர் கூட்டத்தின் இடது பக்கம் பார்த்துக் கொண்டிருந்தார். அங்கே தான் அந்த மரம் இருந்தது. அவரது கண்கள் அடிக்கடி அந்த மரத்தை நோக்கிப் போயிற்று.

மரத்தின் அருகே ஜார்ஜ் வருவதாகச் சொல்லியிருந்தான்!

"பூப்போட்ட குடையை விரிப்பேன். என்னை அடையாளம் கண்டுகொள்" என்று கூறியிருந்தான்.

புள்ளிக்குக் கண் பூத்துப் போயிற்று. லட்சக் கணக்கான பேருக்கு இடையே ஜார்ஸ் எங்கே சிக்கிக்கொண்டிருக்கிறானோ?

'இவன் வர்றதுக்குள்ளே தேர் நிலைக்கு வந்துடும் போல இருக்கே' என்று பரபரத்தார்.

''நான் வருவேன். பூப்போட்ட குடையை விரிப்பேன். அதைப் பார்த்துப் புரிஞ்சுக்கணும். அந்தக் குடை உச்சிக் காம்பிலே ஒரு பல்ப் இருக்கும். அதிலே வெளிச்சம் தெரிஞ்சதும் நாங்க கொடுத்த காமிராவிலே படம் எடுக்கணும்னு சொல்லி யிருந்தான் வெள்ளைக்காரன்னா அபார மூளைதான்! சரியான லைட்டிங் பார்த்து, நல்ல சந்தர்ப்பம்னு தெரிஞ்சதும் குடைக் காம்பில் ஒளி அடிச்சு நமக்கு சிக்னல் கொடுப்பான் போல் இருக்கு. அப்பத்தான் நான் எடுக்கும் படம் நல்லா வரும்னு நினைக்கிறாங்க போலிருக்கு என்று எண்ணிக் கொண்டார் புள்ளி.

ஜார்ஜ் கொஞ்சம் வன்மைகளை உபயோகித்து, ஜப்பானியத் திட்டுகளை வாங்கிக் கட்டிக் கொண்டுதான் அந்த மரத்தை அடைய முடிந்தது.

முன்னால் போன பென்னட் லேசாகத் திரும்பி ஒரு கண் ஜாடை கொடுத்தான்.

மரத்தின் அருகில் நின்ற ஜார்ஜ் நிறைய 'எக்ஸ்க்யூஸ் மீ' க் களை உதிர்த்துக் கொண்டு, அந்தக் குடையை மேலே தாக்கினான்.

'படக்' என்று ஹக்'கை அழுத்த குடை மேலே பூக்கள் டிசைனோடு விரிந்தது.

''யுமாட்டாஸான்! இந்தக் காமிரா புள்ளி அந்த மரத்தைப் பார்த்துகிட்டே இருக்கான்! இப்போ மரத்தடியிலே யாரோ பூ டிசைன் குடையை விரிச்சாங்க! புள்ளி முகம் மலர்ந்து போச்சு! ஏதோ அனுமதி கிடைச்சது போல் இரண்டாவது காமிராவை எடுக்கிறான்!" ஹூமாசிச்சி செய்தி அனுப்பினாள்!

உடன் பதில் குரல் பரபரத்து வந்தது.

"ஹூமாசிச்சி ! ஆள் அனுப்பி விசாரிச்சாச்சு. ஓட்டல்லே ஒரு வெள்ளைக்காரன் புள்ளியிடம் அந்தக் காமிராவைக் கொடுத் திருக்கிறான். நீ சொன்ன அதே ஜார்ஜ்தான்! அந்த இரண்டாவது காமிராவிலே ஏதோ விஷமம் இருக்கணும்! ''

'ஆமாம்! புள்ளி அடிக்கடி அந்த மரத்தைப் பார்ப்பது சந்தேகத்தைத் தருகிறது"

"ரைட்! புரிஞ்சு போச்சு! அந்த வெள்ளைக்காரனிடமிருந்து சிக்னல் எதிர்பார்க்கிறான். ஷ மரசிச்சி அவன் அந்த திசையில் பார்க்க முடியாதபடி தடுத்துவிடு! க்விக்!"

பென்னட் தவித்தான். அவன் சிக்னல் கொடுக்க, ஜார்ஜ் தனது குடைக் காம்பில் இருக்கும் பல்பை எரியச் செய்தான்.

சுளிர் என்று. அதன் ஊசி வெளிச்சம். வெகு தூரம் தெரிந்தது!

ஆயினும், ஆச்சரியம்! அந்த வெளிச்சம் அடித்தும் பென்னட் எதிர்பார்த்தது நடக்கவில்லை.

திரும்பித் திரும்பி மேடையையும் ஜார்ஜின் குடையையும் பார்த்தான்.

கோபம் பொங்கியது அவனுக்கு. கூட்டத்தை விலக்கி விலக்கி ஜார்ஜ் அருகே விரைந்தான்.

யாரும் தன்னை கவனிக்காதபடி வேறு திசையில் பார்த்துக் கொண்டு "ஜார்ஜ் இதென்ன! அந்த இந்தியன் ஒரு மண்டுவா இருக்கானே! விளக்கு எரிந்தும் நம்ம காமிராவை இயக்காமல் நிற்கிறானே!" என்று கூறினான்.

''இல்லை பாஸ்! அவன் நம்மைப் பார்க்க முடியாதபடி அந்தக் கிராக்கி மறைக்கிறாள்!"

''யார் அது?"

ஷாமாசிச்சி என்று ஜார்ஜுக்குத் தெரியும். பெயரைச் சொன்னால் ஆபத்து என்பதால் சொல்லவில்லை.

"அவள் இந்தியப் பெண் இல்லை. ஜப்பானியப் பெண் தான் ! இந்திய உடை தரித்து நடனம் ஆடுகிறாள்! நடனத்தில் வேண்டு மென்றே ஜப்பானியக் குடையை விரித்து, புள்ளியின் பார்வையை மறைக்கிறாள்!"

புள்ளி கோபமாக ஷூ மாசிச்சியைப் பார்த்தார். அவளது விரித்த குடையைத் தாண்டி அந்த மரத்தைப் பார்க்க வேண்டும் என்று பலமுறை முயற்சி செய்தும் முடியவில்லை.

ஷூ மாசிச்சி நடனமாடிக்கொண்டே குடையைச் சுழலவிட்டு அங்குமிங்கும் நகர்த்தி - புள்ளியின் பார்வையை மறைத்துக் கொண்டேயிருந்தாள்.

கோபம் வந்தது புள்ளிக்கு ! பற்களை நறநறவென்று கடித்தார்.

அதே நேரம் ஷூ மாசிச்சியின் காதில் மாட்டாவின் பதட்டக் குரல் விழுந்தது.

"ஷூ மாசிச்சி! விடாதே! அவன் பார்வையைத் தடுத்துக் கொண்டே இரு! நமது ஆட்கள் அங்கே வந்துகொண்டிருக் கிறார்கள். அதுவரை சமாளி!"

பென்னட்டுக்கு இங்கே கோபம். "ஜார்ஜ்! அந்த ஆசாமி உன் பல்பைப் பார்க்க முடியாமல் கஷ்டப்படறான்! நீ விளக்கைப் போட்டுக்கிட்டு உயர எம்பிக் குதி! சீக்கிரம்! சீக்கிரம்!

பென்னட் அதைச் சொல்லிவிட்டு அந்த இடத்தை விட்டு அவசரமாக அப்பால் செல்ல, ஏதோ ஒரு நெருடல் தோன்றி திரும்பிப் பார்த்தான்.

அவன் நினைத்தது சரியாக இருந்தது.

இரு கண்கள் அவனை ஒரு கோணத்திலிருந்து பார்த்துக் கொண்டிருந்தன.

யார் அது! தெரிந்த முகம்தான். ஆமாம்; அந்த ஐஸ்கிரீம் பார்லரின் முதலாளி !

'களீர்' என்று ஒரு நாடி இழுத்தது.

'இவன் ஒற்றனா? அல்லது ஜப்பானிய ஒற்றனுக்கு உடந்தை ஆசாமியா?

சட்டென்று திரும்பி அந்த பார்லர் ஆசாமி நின்ற பக்கம் நெம்பிக் கொண்டு போக, பார்லர் ஆசாமி அங்கிருந்து அகல முயன்றார். தம் கையிலிருந்த பொய்த் துப்பாக்கியை எடுத்து ஆகாயத்தை நோக்கிச் சுட்டார்!

வெறும் சத்தமும், புகையுமாய்க் கிளம்பினால் போதும்! அதற்குத்தான் அந்த முயற்சி! அந்த ஒற்றர் கும்பல்களுக்கிடையே எத்தனையோ சங்கேத சமிக்ஞைகள்.

இதற்குள் ஜார்ஜ் எம்பிக் குதிக்க, புள்ளி பல்பைப் பார்த்துவிட, பிரமுகர்களை நோக்கி அவர் காமிராவைத் திருப்பிவிட்டார்!

டக் டக் , டக் என்று விநாடிகள் பறக்க, இதோ ட்ரிகரை அழுத்தப் போகிறார் புள்ளி.

''யாவ்வ்வ்" என்று ஒரு கராத்தே கதறல் அந்தத் தேரையே உலுக்கியது!

பறந்து வந்த ஜப்பானிய ஒற்றன் ஒருவனுடைய கால் ராக்கெட் போல் வந்து அந்தக் காமிராவை உதைத்து ஆகாயத்தில் பறக்க விட்டது.

"அடேய் அநியாயக்காரா" என்று புள்ளி கூச்சல் போட, தேர்த்தட்டில் ஒரே களேபரம்!

அதே நேரம் அந்த மரத்தின் பக்கத்திலும் ஒரு பொய். வெடிச் சத்தம் கிளம்புவதைக் கேட்டு ஏராளமான ஜரூபானிய ஒற்றர்கள் ஏவுகணைகள் போல் வந்து குதித்தார்கள்!

திமிறிக் கொண்டு ஓடப் பார்த்த பென்னட்டையும், ஜார்ஜையும் எளிதாகப் பிடித்து அமுக்கிவிட்டார்கள்.

தேருக்கு வெளியே விழுந்த அந்தக் காமிராவைத் தூக்கி, புல்லட் வெளிவர முடியாத அளவுக்கு அதை ஒரு பைக்குள் போட்டு வெகு தூரம் கொண்டு போய்விட்டார்கள் சில ஜப்பானிய ஒற்றர்கள்.

எல்லாம் இமைக்கும் நேரத்தில் நடந்து முடிந்து போயிற்று.

சிலருக்குத்தான் ஏதோ 'கசமுசா' நடந்தது போல் லேசாகத் தெரிந்தது. ஆனாலும், என்னவென்று தெளிவாகப் புலப்பட வில்லை. நூற்றுக்குத் தொண்ணூற்றொன்பது பேருக்கு நடந்தது எதுவுமே தெரியவில்லை.

மறுநாள், பிரெஞ்ச் பிரசிடெண்ட் கொல்லப்பட இருந்ததையும், அவரைக் கொல்வதற்காக ஒரு வெள்ளைக்காரக் கூட்டம் ஜப்பானுக்கு வந்து ரகசிய வேலை செய்ததையும், கிஜிமா, ஷூ மாசிச்சி, ஐஸ்க்ரீம் பார்லர் முதலாளி மூலமாக அதைத் துப்பறிந்து ஜப்பானிய அரசு ஒற்றர்கள் முறியடித்ததையும், தினசரி பத்திரிகைகளில் மக்கள் பக்கம் பக்கமாய்ப் படித்தார்கள்.

ஜார்ஜின் கவனப் பிசகினால் அவன் பார்லரில் மறந்து
விட்டுப்போன டயரியை ஷாமா சிச்சி, பார்லர் முதலாளி, கிஜிமா
மூவருமே படித்து விட்டிருந்தார்கள். எனினும், பிரெஞ்ச்
பிரசிடெண்டை ஜார்ஜ் குழுவினர் எப்படிக் கொல்லப்
போகிறார்கள் என்பது மர்மமாகவே இருந்தது. ஜப்பானிய
ஒற்றர்கள் எல்லா விதமாகவும் யோசித்து அதற்குத் தக்கபடி
திட்டமிட்டு வைத்திருந்தார்கள்! அவர்களது அசாத்தியமான
திறமையும், எச்சரிக்கை உணர்வும், மதிநுட்பமும் கவனமும் தான்
அந்தச் சூழ்நிலையை
முறியடித்தது.

ஜப்பானியப் போலீஸார் ஜார்ஜைக் கைது செய்து கொண்டு
போகும்போது கிஜிமா தூரத்திலிருந்து கண்கலங்கிப் பார்த்தாள்.

அவள் முகத்தில் லேசான சோகம்!

நல்லவேளை! ஜார்ஜுடன் காதலில் மூழ்கித் தலைகால் தெரியாமல்
நடந்து கொள்ளவில்லை என்று எண்ணிக் கொண்டாள்.

அப்படிப் போயிருந்தால் அவளால் அவளது நாட்டுக்கு ஒரு
களங்கம் ஏற்பட்டிருக்குமே!

இப்போது நிம்மதியாகப் புன்முறுவல் பூத்தாள், நாட்டுக்காக ஒரு
அரும்பும் காதலைத் தியாகம் செய்தோம் என்ற மனத்திருப்தியுடன்!

11

"தேரை நகர்த்த ஆரம்பிக்கலாமா?' என்று பொதுவாகக் கேட்டார்
கோபாலகிருஷ்ணன், விழாவேந்தனும் தேர்த் தொண்டர் களும்
பச்சைக் கொடி காட்ட அங்கங்கே தயாராக நின்றார்கள்.

சக்ரவர்த்தியும் அவர் மனைவியும் மற்ற அரண்மனை வாசிகளும்
தேர் நகரப் போவதை ஆவலோடு எதிர்பார்த்துக்
கொண்டிருந்தார்கள்.

"நீங்களும் வடம் பிடித்து இழுக்கலாம்" என்று சக்ரவர்த்தியை
அழைத்தார் கோபாலகிருஷ்ணன்.

முதலில் கலைஞர் வடத்தைப் பிடித்து விழாவைத் தொடங்கி வைக்க, அவரோடு சக்ரவர்த்தியும் மற்ற நாட்டுத் தலைவர்களும் சேர்ந்து இழுத்தார்கள். அதிர்வேட்டுகளும், தாரை தப்பட்டைகளும் எக்காள மிட்டன. பெரிய பெரிய பலூன்கள் ஆகாசத்தில் பறந்தன!

ஜப்பானியரும் தமிழ்நாட்டவரும் சேர்ந்து வடத்தை இழுத்தபோது பின்னாலிருந்து சிலர் உலுக்கு மரம் போட்டுத் தேரை நகர்த்த உதவி செய்தார்கள்.

அந்த அபூர்வக் காட்சி, இரண்டு நாட்டுக் கலாசாரங்களும் இணைந்து உறவுக்குக் கைகொடுப்பது போல் இருந்தது!

தமிழ்நாட்டு கமர்கட், கலர் மிட்டாய், அரிசிப் பொறி, பட்டாணிக் கடலை இவ்வளவும் தேரோடும் வீதி ஓரங்களில் கடை பரப்பப்பட்டிருந்தன.

மிக்கிமாட்டோ, மப்ஸ்யா , மட்ஸூஜகாயா, மிட்ஸூகோஷி. நேஷனல், லீக்கோ, ஸண்ட்டோரி, ஸோனி ஸான்யோ, காளியோ, போன்ற ஜப்பானின் புகழ் பெற்ற நிறுவனத்தினர் தங்கள் தங்கள் பெயர்களில் அங்கங்கே 'தண்ணீர்ப் பந்தல் தர்மம்' செய்து கொண்டிருந்தார்கள்!

தேருக்கு முன்னால் நாதஸ்வரம், பாண்டு வாத்தியம் - ஓதுவார்கள் இசையுடன், பொய்க்கால் குதிரை, புலிவேடம். கரகாட்டம் போன்ற கலை நிகழ்ச்சிகளும் ஜன வெள்ளத்தில் நீந்திக்கொண்டிருந்தன.

மாடிகளிலிருந்து பைனாகுலர் வழியாக வேடிக்கை பார்த்துக் கொண்டிருந்த வெளிநாட்டுப் பார்வையாளர்கள் சிலர் தேர் வருவதைக் கண்டுவிட்டு 'There There' என்று உற்சாகக் குரல். எழுப்பினர்,

அவர்கள் 'There There' என்று ஆங்கிலத்தில் சொன்னது, 'தேர் தேர்' என்று தமிழில் சொல்வது போலிருந்தது

அப்படி இப்படி என்று தேரைத் தெருமுனைக்குக் கொண்டு போய்ச் சேர்க்க ஏறத்தாழ மணி இரண்டாகிவிட்டது. ஒரு மணி நேரம் லஞ்ச் ப்ரேக் விட்டதும் தேரைத் திருப்பி அடுத்த வீதிக்குக் கொண்டு போய் ஓட்டும் முயற்சியில் ஈடுபட்டனர்.

"தேரோட்டத்தின் முக்கிய கட்டமே இனிமேல் தான்" என்றார் விழாவேந்தன். நூறு இருநூறு பேர் சேர்ந்து தேர் வடங்களைத் தூக்கிச் சென்று அடுத்த தெருவில் கொண்டு போய்ப் போட்டதும், சிலர் சக்கரங்களுக்குக் கீழே வலிமை மிக்க ஸ்டீல் தகடுகளை வைத்து அவற்றின் மீது விளக்கெண்ணெய் டின்களை உடைத்து ஊற்றினார்கள், வழவழப்பான அந்தத் தகடுகளின்மீது தேர்ச் சக்கரங்கள் வழுக்கிக்கொண்டு திரும்பப் போகும் அபூர்வக் காட்சியைக் காணப் பல்லாயிரக்கணக்கான பேர் அந்த முச்சந்திக் கட்டடங்கள் மீதும் மொட்டைமாடிகளின் மீதும் கூடியிருந்தனர். சக்ரவர்த்தியும் அவர் குடும்பத்தாரும் அரண்மனைக்குள்ளேயே உயரமாய்க் கட்டப்பட்டிருந்த கண்ணாடி மாளிகையில் நின்ற வண்ணம் தேர் திரும்பப் போகும் வேடிக்கையை ஆவலோடு எதிர்பார்த்துக் கொண்டிருந்தனர்.

விழா வேந்தனும் புள்ளி சுப்புடுவும் இங்குமங்கும் ஓடி ஆடி , ''ம், தள்ளுங்க! முட்டுக்கட்டை போடுங்க! ஆச்சா, போச்சா!" என்று குரல் கொடுத்துக் கொண்டிருந்தார்கள். தொம்பைகள் காற்றிலே ஊசலாட, தேர் ஜாம் ஜாம் என்று கம்பீரமாய் அடுத்த வீதியில் திரும்பியபோது, உயரத்தில் பறந்து வந்த ஹெலிகாப்டர் விமானம் தேரின் தலைக்கு மேலே வட்டமடித்துப் பறந்து மலர்மாரி பொழிந்தது !

''காஞ்சிபுரத்தில் கருடசேவையன்று தேர் ஊர்வலத்தின் போது கருடன் இப்படித்தான் ஆகாசத்தில் பறந்து வட்டமடிப்பது வழக்கம்" என்றார் புள்ளி சப்புடு.

கலர் மிட்டாய், கொட்டாங்கச்சி வாத்தியும், அதிர் வேட்டுப்புகை, ஜப்பானியச் சிறுவர்கள் கையில் மிட்டாய்ரிஸ்ட் வாச் கட்டிக்கொள்வது போன்ற வேடிக்கைகளை டெலிவிஷனில் பார்த்து ரசித்துக் கொண்டிருந்தனர். விழாவுக்கு வரமுடியாத ஜப்பானிய மக்கள்.

மறுநாள் மாலைதான் தேர் நிலைக்கு வந்து சேர்ந்தது. இரவு விருந்துக்குப் பின்னர் தமிழ் நாட்டிலிருந்து வந்திருந்த தேர்க் குழுவினர் அத்தனை பேருக்கும் சக்ரவர்த்தி தம்பதியர் பரிசுகள் வழங்கி வழி அனுப்பி வைத்தனர்.

வடம் பிடித்து இழுத்தவர்கள் எல்லோரையும் சக்ரவர்த்தி மேடைக்கு அழைத்து ஒவ்வொருவரையும் கைகுலுக்கி "நீங்கள் உதவி செய்யவில்லையென்றால் தேர் நகர்ந்திருக்காது. உங்களுக்கு நன்றி கூறுவதுடன் உங்களுடைய கையில் இந்த லீக்கோ ரிஸ்ட் வாச்சை என் அன்பளிப்பாகக் கட்டி மகிழ்கிறேன்" என்று கூறி ஒவ்வொருவர் கையிலும் வாச்சைக் கட்டிவிட்டார்!

அடுத்தாற்போல் இந்தியன் வங்கி கோபாலகிருஷ்ணனை அமைத்து 'உலகத்தின் உயர்ந்த பண்பாளர்' என்ற எழுத்துக்கள் பொறித்த தங்கப்பதக்கம் ஒன்றை அவர் கழுத்தில் அணிவித்தார். அத்துடன் நிஸ்ஸான் (க்ளோரியா) கார் ஒன்றும் அவருக்குப் பரிசாக அளித்தார்.

''ஓடி ஆடி வேலை செய்து விழாவை வெற்றிகரமாக்கிய விழாவேந்தனுக்கு சக்ரவர்த்தி என்ன பரிசு தரப் போகிறாரோ?" என்று சிலர் அந்தக் கூட்டத்தில் பேசிக்கொண்டனர்.

''அவர் எங்கே ஆடினார்? ஓட மட்டும் தானே செய்தார்! பத்மா சுப்ரமணியம், சுதாராணி ரகுபதி - இவங்கதானே ஆடினாங்க!" என்றார் மனோரமா.

விழாவேந்தனுக்கு டோயோடா (கிரெளன்) கார் ஒன்றைப் பரிசாகக் கொடுத்துக் கைகுலுக்கினார் சக்ரவர்த்தி.

தயாளு அம்மாள், எம். எஸ். சுப்புலட்சுமி, ராஜாத்தி அம்மாள், மனோரமா, மணிகிருஷ்ண சாமி. பத்மா சுப்ரமணியம், சுதாராணி ரகுபதி ஆகிய ஏழு வி.ஐ.பிக்களுக்கும் மகாராணி ஏழு வைர நெக்லஸும் முத்துமாலைகளும் அணிவித்து கௌரவித்தார். மனோரமாவுக்கு மட்டும் மதிப்புமிக்க கிமோனோ உடை ஒன்றும் சிறப்புப் பரிசாகக் கொடுத்தார்

நாமகிரிப்பேட்டை கிருஷ்ணனுக்கு ஒரு மிட்ஸ் புஷி வேனும், தங்கச் சங்கிலியும், தவில்காரர்களுக்கு வைர மோதிரங்களும் கணபதி ஸ்தபதி, நன்னன் இருவருக்கும் வி. சி.ஆருடன் கூடிய இரண்டு டி. வி. செட்டுகளுடன் வைர மோதிரங்களும் பரிசாகக் கொடுத்து நன்றி தெரிவித்தார்.

புள்ளி சுப்புடுவுக்கு லேட்டஸ்ட் மாடல் காளியோ கால்குலேட்டருடன் நிக்கான் காமிராவும் கொடுத்து வாழ்த்தினார்.

தமிழ்நாட்டிலிருந்து வந்து விழாவுக்காக அரும்பாடுபட்ட அத்தனை தமிழர்களுக்கும் ஆளுக்கொரு ஸோனி டூ - இன் - ஒன்!

கடைசியாக, நல்லி குப்புசாமி - ஜப்பான் சக்ரவர்த்திக்கும் மகாராணிக்கும் பொன்னாடை போர்த்தி தமிழ்நாட்டின் சார்பில் நன்றி கூறினார். சக்ரவர்த்தி அவருக்கு நவரத்னக் கற்கள் பதித்த மோதிரம் ஒன்றை வழங்கி பதில் மரியாதை செய்தார்.

அதே மேடையில் இருபத்து நாலு காரட்டில் இரண்ட்டி உயரத்தில் செய்யப்பட்ட தங்கத்தேர் , ஒன்றைக் கலைஞருக்குப் பரிசாகத் தந்த சக்ரவர்த்தி கலைஞரைக் கட்டித் தழுவிக்கொண்ட காட்சி மறக்கமுடியாதது!

ஊருக்குப் புறப்படுமுன் எல்லோரும் அரண்மனையைப் பின்னணியாக வைத்து சக்ரவர்த்தி குடும்பத்தாருடன் ஒரு கருப் போட்டோ எடுத்துக்கொண்டனர்.

"மட்டா டோஸா! திரும்பி வாருங்கள்" என்று உளம் கனிந்து கைகூப்பி வழி அனுப்பி வைத்தனர் மகாராஜாவும் மகாராணியும்.

கண்களில் நீர் தளும்ப சக்ரவர்த்தியையும் மகாராணியை யும் பிரிய மனமின்றி "ஸயோனாரா! போய் வருகிறோம்" என்று சொல்லிப் புறப்பட்டனர் தேரோட்டக் குழுவினர்.

முற்றும்.

--- நன்றி ---

எத்தனை முறை ஜப்பானைப் பார்த்தாலும் எனக்குத் திருப்தி ஏற்படுவதில்லை. அந்த நாட்டின் வசீகரம் என்னைத் திரும்பத் திரும்ப அழைக்கிறது!

'வடம் பிடிக்க வாங்க தொடர் எழுதுமுன் அந்நாட்டை இன்னொரு முறை போய்ப் பார்த்துவிட்டு வந்தேன். புறப்படு முன் தமிழக முதல்வர் கலைஞர் அவர்களைச் சந்தித்து திருவாரூர்த் தேர் போல் ஒன்றைச் செய்து, அதில் வள்ளுவர் சிலையை வைத்து, டோக்கியோ நகரில் விடப் போகிறேன். கற்பனை யில்தான் 'வடம் பிடிக்க வாங்க' என்பது தலைப்பு. இதற்காக இப்போது ஒரு முறை ஜப்பான் போய் வரப் போகிறேன்" என்றேன்.

கலைஞர் சிரித்தார். ஏதாவது ஒரு சாக்கு கிடைத்தால் போதும்; நான் ஜப்பான் போய் வந்துவிடுவேன் என்பது அவருக்குத் தெரியும்!

''சரி கதைக்கு என்ன தலைப்பு சொன்னீர்கள்? வடம் பிடிக்க வாங்க...' என்றா? தேரோட்டம் ஜப்பானில் நடக்கிறது என்று தெரிய வேண்டாமா? ஆகவே, 'வடம் பிடிக்க வாங்க. ஜப்பானுக்கு' என்று தலைப்பைக் கொஞ்சம் நீட்டி விடுங்கள்' என்றார். அவர் யோசனைப்படியே செய்துவிட்டேன்.

கலைஞர் அத்தோடு நின்றுவிடவில்லை. ஜப்பானுக்கே நேரில் வந்து (கற்பனையில்தான்) 'வடம் பிடித்து ' விழாவைத் தொடங்கியும் வைத்தார்.
அந்தத் தொடக்க விழாவில் தாங்கள் என்ன பேசுவீர்களோ அதை எழுதித் தர வேண்டும்' என்று கலைஞரிடம் கேட்டுக் கொண்டேன்.

அன்றிரவே அக்கட்டுரைத் தொடர் வந்திருந்த சாவி இதழ்கள் அனைத்தையும் ஒரே மூச்சில் படித்துவிட்டு என்னைப் போனில் அழைத்துப் பாராட்டியதோடு தம் சொற்பொழிவையும் எழுதி அனுப்பி வைத்துவிட்டார்!

மறுநாள் கலைஞரைக் கோட்டையில் சந்தித்தேன். "இவ்வளவு பிரச்னைகளுக்கும் இடையறா வேலைகளுக்கும் ஈடு கொடுத்து ஓய்வு ஒழிவு இல்லாமல் உழைத்துக் கொண்டிருக்கும் தங்களால் எப்படித்தான் இதையும் எழுதித்தர முடிந்ததோ! இத்தனைக்கும் இது உங்களுடைய வேலை அல்லவே! எனக்குச் செய்யும் உதவி அல்லவா?" என்றேன்.

"இல்லை, இல்லை இது என்னுடைய வேலைதான்!" என்று அழுத்தமாகச் சொன்னார்.
என் கட்டுரைச் சிப்பிக்குள் கலைஞரின் சொற்பொழிவு எனும் முத்து கடந்த இதழில் ஒளிவீசிப் பிரகாசித்ததை வாசகர்கள் பார்த்திருப்பார்கள். அதில் அவர் குறிப்பிட்டுள்ள கருவாட்டுக் கதை நகைச்சுவையோடு மணம் வீசி மகிழ்விக்கிறது! அவருக்கு என் இதயபூர்வமான நன்றி.

இந்தியன் வங்கி சேர்மன் திரு கோபாலகிருஷ்ணன் அவர்கள் இந்த விழாவைச் சிறப்பாக நடத்தி வைக்கத் தேவையான அத்தனை உதவிகளையும் செய்ததோடு ஜப்பானுக்கே வந்திருந்து தம்முடைய முழு ஒத்துழைப்பையும் நல்கி இந்தத் தேரோட்ட விழாவைச் சிறப்பாகவும் வெற்றிகரமாகவும் நடத்திக் கொடுத் துள்ளார். அவருக்கும் என் நன்றி.

கதைக்கு ஏற்ப, உயிரோட்டமான கதாபாத்திரங்களை உருவகப்படுத்தி வாசகர்களை மகிழ்விப்பதில் ஓவியர் கோபுலுவை யாரும் மிஞ்சிவிட முடியாது. இந்தக் கதையில் பங்கு பெற்றுள்ள இந்தியன் வங்கி கோபாலகிருஷ்ணன், விழா வேந்தன், நன்னன், மனோரமா, புள்ளி சுப்புடு ஆகியவர்களை கோபுலு எவ்வளவு சிறப்பாக ஜொலிக்க வைத்திருக்கிறார் என்பதை நான் சொல்லத் தேவையில்லை. அவருக்கும் என் நன்றி.

- சாவி

★★★

Milton Keynes UK
Ingram Content Group UK Ltd.
UKHW050437280324
440101UK00016B/1148

9 798881 326913